టాల్‌స్టాయ్ జీవితం

మహీధర రామమోహనరావు

 నవచేతన పబ్లిషింగ్ హౌస్

TOLSTOY JEEVITHAM - *Maheedhara Ramamohanarao*

ప్రచురణ నెం. : 198/34

ప్రతులు : 500

తొలి ముద్రణ : సెప్టెంబర్, 2012

ఎన్.పి. హెచ్. ప్రథమ ముద్రణ : మే, 2017

© ప్రచురణకర్తలు

వెల: ₹ 30/-

ప్రతులకు:

నవచేతన పబ్లిషింగ్ హౌస్
గిరిప్రసాద్ భవన్, బండ్లగూడ(నాగోల్) జి.ఎస్.ఐ. పోస్ట్
హైదరాబాద్-500068. తెలంగాణ. ఫోన్స్:24224453/54.
E-mail: navachethanaph@gmail.com

నవచేతన బుక్ హౌస్
అబిడ్స్, సుల్తాన్‌బజార్, యూసఫ్‌గూడ, కూకట్‌పల్లి, బండ్లగూడ(నాగోల్), వనస్థలీపురం-హైదరాబాద్. హన్మకొండ, కరీంనగర్, నల్లగొండ, ఖమ్మం.

విశాలాంధ్ర బుక్ హౌస్ (అన్ని బ్రాంచిలలో)
ప్రజాశక్తి బుక్ హౌస్ (అన్ని బ్రాంచిలలో)
నవ తెలంగాణ బుక్ హౌస్ (అన్ని బ్రాంచిలలో)

- ప్రచురణకర్తలు.

ముద్రణ : **నవచేతన ప్రింటింగ్ ప్రెస్, హైదరాబాద్.**

మొదటి ముద్రణ

పీఠిక

ఒక జాతి అభివృద్ధికి రావాలీ, అంటే ముందా జాతిలో ఉత్తమమైన వాఙ్మయం నిర్మించబడాలి. ఆ వాఙ్మయం నిర్మించే ప్రయత్నంలో మేమితరదేశీయుల రచనల కనువాదాలు చేయమనడం, పరదేశీయుల ఆధిక్యతను హర్షించమనడం గొప్పతప్పు. ఎందుచేతనంటే విజ్ఞానం ఒక జాతియొక్క సొమ్ముకాదు.

అలాగే.....

ఏ మనిషైనా అభివృద్ధిలోకి రావాలన్నా, విజ్ఞానవంతుడు కావాలీ అన్నా, ప్రపంచ సాహిత్యం అంతా ఆకళింపుకు తెచ్చుకోవాలి. ప్రపంచ విజ్ఞానంలో తనకీ హక్కుందని జ్ఞాపకం తెచ్చుకోవాలి.అందులో కూడా గర్వం - అహంకారం - అభిమానం - పొందడం వ్యర్థం !

ప్రతి మనిషీ - ప్రతి జాతీ - "తనది" అనే గర్వంలో ప్రపంచంకేసి చూడకుండానే స్వకీయ వాఙ్మయం నిర్మించుకోవాలని తలస్తూంటుంది. ఆ ఉత్సాహంకి ఫలితం అపజయమే ! ఎందుచేతనంటే ఏ జాతైనా అభివృద్ధికి రావాలన్నా, ఏ వాఙ్మయమేనా అభివృద్ధిలోకి రావాలన్నా, ప్రపంచ సంఘట్టనం అవసరం. ప్రపంచంతో సంబంధం పెట్టుకోని భాష - వాఙ్మయం సంస్కృతంలాగే ప్రచారాన్నుంచి దూరమైపోతుంది.

అందుచేత నో పాఠకుడా ! .....

ఏ జాతికైనాసరే....పతనాభివృద్ధులు కల్పించగలదీ.....

ఏ మనిషినైనా .... జ్ఞానాజ్ఞానాలతో ముంచేసేదీ ఐన సాహిత్యం నిర్ణయించుకొనడంలో సావధానంగా ఉండు.ఆ సావధానతయే నిన్ను విజ్ఞాన శిఖరాని కెక్కించినా ....లేక పాతాళమున కణగద్రొక్కినా .... కనుక .... జాగ్రత్త.....

అలాంటి ఉత్తమమైన వాఙ్మయం తన భాషలో పెంపొందించే ప్రయత్నాలలో యథాశక్తి తోడ్పడి, తనకీ, తన భాషకీ....ఉపకరించడం ప్రతీ వ్యక్తియొక్క కర్తవ్యం!

ఆ కర్తవ్యం నిర్వహించే బాధ్యత మనది !!!

రెండవ ముద్రణ

పీఠిక

1935 లో విశ్వసాహిత్యమాలను ముంగండ నుంచి ప్రారంభించేము. ఆంగ్లేయాది భాషలలో ఆధునిక సాహిత్యం అనంతంగా ఉంది. జాతీయ పురోగమనానికీ, జాతీయభావముల ప్రోదికీ మన తెలుగులో కూడ ఆధునిక గ్రంథాలు అవసరమని భావించి, విశ్వసాహిత్యమాలను ప్రారంభించేము. టాల్‌స్టాయ్ గ్రంథాల, భావాల ప్రభావం మన జాతీయోద్యమం మీదా. గాంధీజీ సిద్ధాంతాలమీదా, మన విద్యాధికుల మీదా వ్యాపిస్తూన్న రోజులవి. టాల్‌స్టాయ్ జీవితం, గ్రంథాలచేత ఆకర్షితులమై ఆ మహాత్ముని జీవితమును తెలుగులో ప్రకటించేము. తదాది టాల్‌స్టాయ్ గ్రంథాలు చాలా అనువదించాము. గాని ప్రకటించలేకపోయాము. 1946 లో విశ్వసాహిత్యమాలా కార్యస్థానాన్ని రాజమండ్రీకి మార్చిన తరువాత "టాల్‌స్టాయ్ కథలు" అనే 10 కథల సంపుటమును ప్రచురించాము. అది ఇప్పటికి 3 కూర్పులైనది. "టాల్‌స్టాయ్ జీవితము" పలువురు కోరుతూన్నప్పటికీ మొదటి ముద్రణ ప్రతులు యేనాడో ఐపోయినా, రెండో ముద్రణమును ఇప్పటికినీ తీసుకొని రాజాలకపోతిమి. ఈ ముద్రణలో స్వల్పమగు అక్షరములు మార్పుకంటె మరేమీ గావించలేదు.

త్వరలోనే "టాల్‌స్టాయ్ కథలు" మరొక సంపుటమును వెలువరచ దలచితిమి. ఆయన రచించిన తాత్విక గ్రంథాలు ఇంకా తెలుగులోకి రాలేదు, ఆధునిక సంఘర్షణామయ జీవితంలో ఆయన బోధనలు ప్రాచీన ఋషుల బోధనలవలెనే శిరోధార్యములుగా ఉండడంలో సందేహంలేదు.

ప్రజాస్వామ్యానికి పనికివచ్చే శాస్త్రీయ గ్రంథాలు, పిల్లల పుస్తకాలు, వివిధ దేశాల ప్రామాణిక సాహిత్య గ్రంథాలు, చరిత్రలు. కల్పనా సాహిత్యం మొదలైనవన్నీ అధిక సంఖ్యలో ప్రచురించే ఏర్పాట్లు చేస్తూన్నాము. ఆంధ్రమహాజనులు మా ఉద్యమానికి తగు చేయూత నొసగ ప్రార్థన. సెలవు.

రాజమండ్రి, 1956

మహీధర జగన్మోహనరావు,
సంపాదకుడు – విశ్వసాహిత్యమాల

విషయసూచిక

మా ప్రచురణలో
టాల్‌స్టాయ్ రచనలు

టాల్‌స్టాయ్ జీవితం

పరిచయం

లియో టాల్‌స్టాయ్ పూర్తిపేరు "కౌంట్ లియో నికోలేవ్ టాల్‌స్టాయ్". "లియో నికోలేవ్" – తల్లిదండ్రులు పెట్టిన పేరు. "టాల్‌స్టాయ్" – వంశమిచ్చిన ఉపనామం. "కౌంట్" అతడు పుట్టిన వంశగౌరవాన్ననుసరించి వచ్చిన బిరుదనామం. రష్యాలో అనేకమంది లియో నికోలేవ్‌లు – అనేక మంది టాల్‌స్టాయ్‌లు – అనేక మంది కౌంట్‌లు – పుట్టేరు. కాని "కౌంట్ లియో నికోలేవ్ టాల్‌స్టాయ్" లేక సంగ్రహరూపంలో "లియో టాల్‌స్టాయ్" అనే పేరు ఆ ఒక్క మనిషినే , దీనుల్ని, దరిద్రుల్ని పైకి తీసుకురావడానికి తన జీవితం అంతా ధారపోసిన ఆ ఒక్క వ్యక్తినే ప్రపంచానికి జ్ఞాపకం చేస్తుంది.

ధనం, అధికారం కొరకెంతెంత దురంతాల కైనా వెనుదీయని జమీందారీ కుటుంబంలో లియో టాల్‌స్టాయ్ పుట్టేడు. కాని, జమీందార్ల చెడుగుణాలేవీ అతనికి సంక్రమించలేదు. ధనం వున్నదని ఎవ్వరినీ తృణీకరించలేదు. అధికారం ఉన్నదని ఒక్కళ్ళనీ బాధించలేదు. దరిద్రుల్నీ, అసహాయుల్నీ రక్షించడానికై తోడి జమీందార్లతో జీవితం అంతా పోరాడి కీర్తిపొందిన మహనీయుడు టాల్‌స్టాయ్. తనకున్న ధనం అంతా దరిద్రులికి సాయం చెయ్యడంలోనూ, శక్తి అంతా నిస్సహాయులైన ప్రజలకు సాయం చెయ్యడంలోనూ, జీవితమంతా ప్రపంచానికి మంచిమార్గం చూపడంలోనూ వినియోగపరచిన స్వార్థత్యాగి.

అతడు మనుష్యహృదయ మెరిగిన జ్ఞాని. వాఙ్మయ తత్త్వ మెరిగిన పండితుడు. కళారహస్య మెరిగిన కవి.

అతని భావాలు హృదయాన్ని చూరగొంటాయి. అతని రచన మనస్సున ఉత్సాహమిస్తుంది. కల్పన మిక్కిలి సహజంగా ఉంటుంది. మనుష్య జీవితంలోని ప్రతీ చిన్న ఘటనకీ కళారూప మీయగల ఉత్తమ రచయిత, టాల్‌స్టాయ్.

అతని రచనా వైవిధ్యం ప్రపంచ హృదయాలను ఆకర్షించింది. అతని విశాల హృదయం వాటిలో స్థిరనివాసం ఏర్పరుచుకుంది.

అనేక మంది ప్రజలు తినడానికి ఒక్క రొట్టెనా లేక అల్లాడి పోతుంటే కొద్దిమంది ముప్పొద్దులా విలువైన తిండి తింటుండడం, వేలకొద్దీ జనం చలికి ఆగే బట్టైనా లేక బాధపడుతుంటే కొంతమంది ఒక్కొక్క బట్టకై వేలకొలది రూపాయలు ఖర్చు పెట్టడం,

జనసామాన్యం కాయకష్టపడి తమపొట్టకు ఒక్క గింజైనా మిగుల్చుకోకుండా ఆదాయం అంతా యజమానుల చేతుల్లో పోస్తుంటే, ఆ అమాయకుల పొట్టకొట్టి దాన్ని త్రాగుడుక్రిందా, జూదంక్రిందా ఖర్చు పెడుతుండడం ఆలోచించేటప్పటికి టాల్‌స్టాయ్ మనస్సుకు ఎంతో బాధకలిగింది.

పెక్కుమంది ప్రజల నెత్తికొట్టి పెద్ద పెద్ద ఆస్తులు పోగేసుకుని కూర్చోవడం అతని దృష్టికి మహాపరాధంగా తోచింది. వేల కొద్దీ జనులు ఇండ్లు కట్టుకొనడానికి పదిగజాల నేలైనా లేక అక్కడక్కడా అలమటిస్తుంటే, తాను ఇరవై వేల ఎకరాల భూమికి ఖామందు అగుట న్యాయదృష్టిలో మహానీచంగా కనిపించింది. ఆ నీచాన్నుంచి తప్పుకోవడానికి వెంటనే, భార్య, బంధువులు అడ్డం పెట్టినా, బెదిరించినా కూడా లక్ష్యం చెయ్యకుండా టాల్‌స్టాయ్ తన ఆస్థినంతా ప్రజోపయోగానికై వెచ్చించి జీవింతాంతం వరకూ పల్లెటూరి ప్రజలతో సమంగా కాయకష్టం పడుతూ గడిపేడు.

తన భావాల్నీ, రచనల్నీ, బోధల్నీ ప్రపంచంలో ఒక్క భాగానికే ఉపయోగించడం మనుష్యుని సంకుచితదృష్టికి నిదర్శనం అని టాల్‌స్టాయ్ నిశ్చయం. జాత్యభిమానం, దేశాభిమానం, మానవుని అల్పదృష్టికి నిదర్శనాలు. తన రచనలూ, భావాలూ ప్రత్యేకభాషకీ, ప్రత్యేకవ్యక్తికీ విక్రయించడం గ్రంథకర్త అల్పదృష్టికి నిదర్శనం. కనుకనే టాల్‌స్టాయ్ తన రచనలమీద స్వత్వం తానుంచుకోలేదు. ఒకరికి విక్రయించలేదు. భార్య పట్టుదలా, గ్రంథవిక్రేతలు చూపే ధనాశా, అతని అభిప్రాయాల్ని కదిలించలేక పోయినాయి.

కాని ఒక్కమాటు మాత్రం అతడీ నిశ్చయం మార్చుకోక తప్పింది కాదు. అదైనా నిస్సహాయంగా ప్రభుత్వంచేత దూరదేశాలు తరుమబడుతున్న దరిద్రప్రజల ప్రాణరక్షణ కోసమే ! టాల్‌స్టాయ్ ప్రపంచాకాశంలో ఒక దివ్యతార ! సాహిత్య సముద్రంలో దారి చూపే జ్యోతిర్మూర్తి ! !

మనుష్యలోకానికి ఆదర్శపాత్రుడు !

బాల్యం

రష్యా రాజధానియైన "మాస్కో" నగరానికి నూటముప్ఫైమైళ్ళ దూరంలోని "తూలా" నగరసమీపంలో "యాస్నయా పోలియానా" గ్రామం ఉంది. ఆ గ్రామ జమిందారు నింట 1828 ఆగష్టు 28 వ తేదీన సువిఖ్యాత యశస్కుడైన లియో టాల్‌స్టాయ్ జన్మించాడు.

అతని తండ్రి నికోలస్. తల్లి పేరు మేరీ వాల్కొన్‌స్కీ. వారిద్దరు కూడా ఉన్నత వంశీకులే. రాజకుటుంబములతో సమీప బాంధవ్యం ఉన్నవారే. ఆ దంపతులకు పుట్టిన

ముగ్గురు బిడ్డల్లో లియో అంతిముడు. అతని పెద్ద అన్న పేరు నికోలస్ డిమిట్రీ, రెండవవాని పేరు సర్జియస్.

లియో టాల్‌స్టాయ్ మూడేళ్ళవాడై ఉండగా అతని తల్లియైన మేరీ వాల్కాన్‌స్కీ చనిపోయింది. నాటినుండి "తాతియానా ఎర్గోలస్కీ" అను ఆమె ఆ బిడ్డలను ముగ్గురిని అతి ప్రేమతో పెంచింది.

నికోలస్‌నకు తాతియానా సమీపబంధువురాలు. మొట్ట మొదట నికోలస్ నామె పెండ్లి చేసుకొనగోరెను. కాని తన తల్లిదండ్రుల దారిద్ర్యముదలపోసి, తనతోడి వివాహము నికోలస్ భావ్యాభివృద్ధికి భంగకరం అని నిశ్చయించి, ధనికురాలు, రాజ కుటుంబీకురాలు అయిన మేరీ వాల్కాన్‌స్కీతో అతని వివాహమునకు అంగీకరించెను. తాతియానాకు అతనిపై గల నిష్కపట ప్రేమయే ఆమె నిట్టి స్వార్థత్యాగానికి ప్రేరేపించింది.

నికోలస్ వివాహమైపోయిన వెనుక తాతియానా అవివాహితగానే ఉండిపోయి వారి ఇంటనే తాను ప్రేమించినవాని భార్యకు చెలిమికత్తెయై, అతని పుత్రులకు పెంపుడు తల్లియై అతని శుభమునే కాంక్షిస్తూ నివసించింది.

మేరీ మరణానంతరం నికోలస్ తాతియానాతో వివాహ ప్రస్తావన మళ్ళీ చేశాడు. కాని ఈ వివాహం నికోలస్ పుత్రుల క్షేమానికి – అభివృద్ధికి – భంగకరం అని, ఆమె తన స్వార్థం చంపుకుని వివాహానికి అంగీకరించలేదు.

తాతియానా సార్థత్యాగిని. ధర్మం, మతం అంటే అభిమానం గలది. ప్రేమపూరితమైన హృదయము గలది. టాల్‌స్టాయ్ యొక్క జీవితంలో తాతియానా ఉత్తమోత్తమ గుణాలు సంపూర్ణంగా ప్రతిబింబితాలైనాయి.

లియోకి తొమ్మిదేళ్లుండగా నికోలస్ కూడా పరలోకానికి ప్రయాణం కట్టేడు. ప్రపంచం తెలియని బాల్యావస్థలోనే లియో మాతాపితృహీనుడైనాడు. అప్పటినుండి అతడు పెద్దన్నగారి సంరక్షణలోనే పెరిగినాడు. డిమిట్రీ తన తమ్ముల్ని చాలా దయతో శ్రద్ధగా పెంచాడు. లియో భవిష్యజ్జీవితానికి పునాదులు వేసినవాడు డిమిట్రీయే అని చెప్పకతప్పదు.

లియో టాల్‌స్టాయ్ బాల్యావస్థను గూర్చి వ్రాయవలసినంత విశేషాంశాలేవీ లేవు. అతడు కూడా జమీందార్ల బిడ్డలందరిలాగే అతి గారాబంతో పెరిగాడు. ప్రపంచం అంతా తమబోటి ధనవంతుల సుఖవిలాసాల కొరకే సృష్టించబడినట్లు నేర్పబడ్డాడు. భోగవిలాసాలే జీవితపరమావధి అన్నట్లు ప్రవర్తించాడు. ధనవంతులందరివలెనే విపరీతమైన అహంకారంతో ప్రవర్తించేడు. దినమంతా జుట్టు దువ్వుకోడం, బట్టలు సవరించుకోవడంలో గడిపేవాడు. స్త్రీలోకం అంతా తన సౌందర్యాని కాకృష్టం కావాలనీ, ప్రపంచంలో అధికమైన అందం కలవాడుగా పేరు పొందాలనీ, నిరంతరం సుఖస్వప్నాలు కంటుండేవాడు.

కాని ఎంతగా విలాసాలు కోరువాడైనా, ఎంత భోగవాంఛ ఉన్నా, అతనిలో ఒక సద్గుణం లేకపోలేదు. అది ఆ భోగవిలాసాలమధ్య కూడా స్పష్టంగా కనిపిస్తుండేది. చిట్టచివరకు ఆ సద్గుణమే అతని జీవితాన్ని పతనావస్థ నుండి ఉద్ధరించింది.

అతనిని ఉద్ధరించిన ఆ సద్గుణం విమర్శనాశీలం. ఏ విషయాన్నైనా బాగా ఆలోచించి విమర్శించడం అతని స్వభావం. ఏకాంత ప్రదేశంలో ఒక్కడూ కూర్చొని ప్రతి చిన్న విషయంలోనూ లేశా లేశాలు విమర్శించడం అతనికి ఇష్టం. అతడెప్పుడూ స్నేహితులకీ, బంధువులకీ దూరంగా ఉండేవాడు.

చిన్నతనంలో తల్లిదండ్రులకు దూరమైన పిల్లలందరివలెనే లియో టాల్‌స్టాయ్ సంకోచశీలుడై పోయినాడు. నలుగురున్న చోటికి పోవడానికి సిగ్గు. క్రొత్తవాళ్ళతో స్నేహం చెయ్యడానికి భయం. పైకి గట్టిగా మాటలాడడానికి సంకోచం, ఎప్పుడూ జనసమాజానికి దూరంగా ఉండడం, తనలో తానే ఆలోచించుకుంటూ కూర్చోడం, అతనికి పరిపాటైపోయింది. లోకంలో గొప్ప దుర్గుణాలకి కారణమైన ఈ ఏకాంత ప్రియత్వం లియో టాల్‌స్టాయ్‌లో ఒక మంచిగుణానికి కారణంగా పరిణమించింది. ఏ విషయాన్నైనా, ఎంత కఠిన సమస్యనైనా జాగ్రత్తగా ఆలోచించి విమర్శించగల శక్తీ, అవకాశమూ కలిగించింది. ఆలోచించనిదే ఏ పనీ చేయకపోవడం, విమర్శించనిదే ఏ మాటా తేలకపోవడం అనే సద్గుణాలకి మూలకారణం అతని సంకోచ స్వభావమే.

ఏ కుర్రవాడూ చిన్నతనంలో విన్న మాటలు మరచిపోలేడు. చిన్ననాడు మనస్సుకు పట్టిన భావాలు జీవితాంతం దాకా స్థిరంగా ఉండిపోతాయి. కాని టాల్‌స్టాయ్ విమర్శనాస్వభావం మనుష్యస్వాభావిక సీమల్ని కూడా అతిక్రమించింది. టాల్‌స్టాయ్ ఏడెనిమిదేళ్ళవాడై ఉండగా డిమెట్రీ సహాధ్యాయి ఒకడు వారింటికి వచ్చి మాటల ధోరణిలో, "భగవంతుడనేవాడు ఉన్నాడు అనటం శుద్ధ అబద్ధం. అతని అస్తిత్వం నిరూపించడానికి తీసుకువచ్చే నిదర్శనాలన్నీ ప్రజలను మోసగించడానికి వేసిన ఎత్తులు", – అని కళాశాలలో తాను నేర్చిన విషయాలు ప్రకటించాడు. అప్పటిమట్టునకు టాల్‌స్టాయ్ మనస్సులో ఆ మాటలు అంకితాలై పోయినాయి, కాని వాటియొక్క భావం మనస్సునకు పట్టలేదు. తరువాత మాస్కో నగరంలో చదువుకొనే రోజుల్లో ఆనాడు విన్న మాటల యాదార్థ్యం చాలా వరకు విమర్శించడానికి అవకాశం కలిగింది. మతం, మతాభిమానం అన్నది వట్టి మౌర్ఖ్యం, బూటకమూ అనీ, ఈశ్వరుడనే వ్యక్తి యెవ్వడూ లేడనీ, ఉన్నా ప్రపంచంలో మంచి చెడ్డలతోనూ – మతాలతోనూ సంబంధం ఏర్పరచుకొనే పాటివాడు కాదనీ, పుణ్యం – పాపం, నరకం – స్వర్గం – అనేవి వట్టి అబద్ధాలనీ, వాటి పేరు చెప్పి ప్రపంచాన్ని భయపెట్టి స్వల్ప సంఖ్యాకులు సుఖం పొందేటందుకు వేసిన ఎత్తులనీ టాల్‌స్టాయ్ తేల్చుకున్నాడు.

విద్యాభ్యాస కాలంలో అతని మనస్సులో అంకితమై పోయిన ఈ భావాలే భవిష్యత్తులో "మతం - జీవితపరమావధి" మొదలైన ఉత్తమ విషయాలను గురించి "గతాను గతికో లోకో న లోకః పారమార్థికః" అన్నట్లు కాకుండా, స్వతంత్రంగా ఆలోచించగల సమర్థుణ్ణి చేశాయి.

విద్యార్థిగా

టాల్‌స్టాయ్‌కి పదిహేనేళ్ళు వచ్చేవరకు మాస్కోలోనే చదువుకొన్నాడు. అక్కడి పాఠశాలలో ప్రారంభికవిద్య పూర్తయినంతనే కళాశాలలో చేరి చదువ నిశ్చయించి ప్రసిద్ధికెక్కిన "కాజాన్" విశ్వ విద్యాలయంలో 1843 లో చేరాడు. కాజాన్ విశ్వ విద్యాలయం కేవలం జమీందార్లబిడ్డలకొరకే పుట్టింది. దరిద్రులకు ఆ కళాశాలావరణలో కాలు పెట్టడానికైనా అవకాశం లేదు. అక్కడి జీతాలు, ఖర్చులు, భరించగలవాళ్లు ధనవంతులొక్కరే.

కళాశాలలో చేరిన మొదటి ఏడాది టాల్‌స్టాయ్‌కి ప్రాచ్యభాషలమీద బుద్ధి పారింది. కాని, విద్యావిధానంలోని లోపం అతని ఉత్సాహాన్ని చంపేసింది, ఎన్నడూ మార్పెరగని ఆ పూర్వధోరణి చదువుమీద అసహ్యం కలిగించింది. విద్యార్థుల స్వతంత్రశక్తినీ, విమర్శాశీలాన్నీ ప్రోత్సహించని పాఠ్య పుస్తకాలు, సహించలేని గురువులు; అతని స్వతంత్రాభిప్రాయాలకీ, విచారపూర్ణ స్వభావానికీ నచ్చలేదు. కనుక పాఠశాలలో చేరిన కొద్దిరోజులలోనే విద్యార్థు లందరికి వలే అతని మనస్సు కూడా నిర్జీవం, నిరుత్సాహకరం అయిన పాఠ్యపుస్తకాల నుంచి మరలి మనస్సును ఉత్సాహ పెట్టి తాత్కాలికంగానైనా జీవితంలో సౌఖ్యలేశం కనబరచగల వస్తువులను వెతకడం ఆరంభించింది.

ఆ రోజులలో "కాజాన్" విలాసవస్తు సామగ్రికి ప్రసిద్ధికెక్కిన పట్టణాలలో ఒకటి. నాటకశాలలు, నర్తనశాలలు, మద్యశాలలు, జూదపుటిళ్లు, పడుపుటిళ్లు, ఒక్కటేమిటి సకల వ్యసనాలకీ కాజాన్ నగరం పేరు పొందింది. గొప్పగొప్ప జమీందార్లు, ధనికులు, రాజవంశీయులు వాటిని పోషించేవారు. విశ్వవిద్యాలయంలో చదువు పేరుచెప్పి చేరిన జమీందార్ల పిల్లలంతా చదువుసంధ్యలు కట్టిపెట్టి ఈ భోగవిలాసాల వెంట పడేవారు. టాల్‌స్టాయ్ కూడా సహాధ్యాయుల మాదిరిగానే కాజాన్ నగర వీధులలో స్వేచ్ఛావిహారాలు ఆరంభించాడు. ఆటపాటల హడావిడిలో కళాశాలలోని పాఠాల ధోరణే ఉండేది కాదు. స్వేచ్ఛావిహారాలలో పాఠ్యపుస్తకాల జ్ఞాపకం ఉండేది కాదు. తత్ఫలితంగా ఆ సంవత్సరం టాల్‌స్టాయ్ సాలుపరి పరీక్షలలో పరాజయం పొందక తప్పినది కాదు.

మరుసటి సంవత్సరం టాల్‌స్టాయ్ కళాశాలలో మరొక విషయం తీసుకొని చదవడం ఆరంభించాడు. ప్రాచ్యభాషలు తనకు ఉత్సాహకరంగా లేవని న్యాయశాస్త్రం తీసుకున్నాడు. కళాశాలలో చేరిన మొదటి రోజులలో వెనుకటి సంవత్సరం జరిగిన

పరాభవానికి సిగ్గుపడి పుస్తకాల విషయంలో కాస్త శ్రద్ధ కనబరచాడు. కాని, ఆ విషయం కూడా అతనికి ఉత్సాహం ఇయ్యలేక పోయింది. అతడెంత ప్రయత్నం చేసినా మనస్సు పుస్తకాల మీదికి వెళ్ళేది కాదు. చిట్టచివరికి పరీక్షల ఫలితం పూర్వవిధంగానే జరిగినా అతడు చేసిన ప్రయత్నం, విమర్శనా, అతనికి న్యాయశాస్త్రంలో కొంతజ్ఞానం కలగజేసాయి. పరీక్షల ఫలితం వ్యతిరేకంగా తేలగానే అతనికి నిరుత్సాహం పుట్టి మళ్ళీ మామూలు మార్గం త్రొక్కాడు.

అభిమానించి తీసుకున్న రెండు శాస్త్రాలలోనూ పరాజయం పొందడానికి టాల్‌స్టాయ్ బుద్ధిహీనత కారణం కాదు. అసాధారణ బుద్ధే దానికి కారణం. అతడు ఏ విషయాన్ని ఐనా సులభంగా గ్రహిస్తాడు. ఆలోచించగలడు. విమర్శించగలడు. అతనికి అభిరుచి ఉన్న విషయాలను ఆలోచించడంలోనూ, ఎంత కఠినమైన విషయాన్నైనా అతిచులకనగా గ్రహించడంలోనూ - అతని బుద్ధి చాలా తీవ్రంగా ఉండేది. ఏ విషయాన్నైనా విమర్శించి స్వతంత్రంగా తన అభిప్రాయాన్ని నిర్ణయించుకొనేవాడు. కాని ఎవరో చెప్పినారని కళ్ళు మూసుకుని తలవూపేరకం కాదు. ఉన్నతాదర్శాలూ - స్వతంత్రాభిప్రాయాలూ కలిగి - తీవ్రమైన బుద్ధిగల అతని వంటి విద్యార్థులు తమ బుద్ధిని గురువులు చెప్పే చిన్నచిన్న విషయాలమీదనే కేంద్రీకరింపచేసి, వాటిలోనే క్రింద మీదవు తూండడం చాలా కష్టం, అసంభవం. తెలివి తేటలు, స్వయం వ్యక్తిత్వం ఉన్న విద్యార్థులు సామాన్యంగా పరీక్షలలో దండయాత్రలు సాగిస్తూ ఉండడం, వట్టి మట్టి బుర్రలు చులకనగా పరీక్షలలో నెగ్గుతూండడం ఈ కారణం చేతనే. సామాన్యంగా ప్రస్తుత విద్యావిధానములో పుట్టి పెరిగిన ఏ వ్యక్తీ స్వతంత్రమైన ఆదర్శాలు, అభిప్రాయాలు ఉన్నవాడిని సహించడం కష్టం. ఎప్పుడూ ఎవ్వరినో అనుకరిస్తూ, ఎంగిలి మాటలతో కాలక్షేపం చేసేవాణ్ణి చూస్తే గురువులకీ, ప్రజలకీ, పరీక్షకులకీ ఎంతో అభిమానం, ప్రేమా కూడా. టాల్‌స్టాయ్ పరీక్షలలో నెగ్గినా, మానినా న్యాయశాస్త్రాన్నే చదువుతూ, 1848 వరకు "కాజాన్" లోనే కాలక్షేపం చేశాడు. ఆ సంవత్సరం డిమిట్రీ తన చదువు పూర్తిచేసి ఇంటికి ప్రయాణం కట్టాడు. టాల్‌స్టాయ్‌కి కూడా తన స్థితిగతులు చాలా అసహ్యంగా కనిపించినాయి. చదువు పేరుచెప్పి తానిక్కడ కాలక్షేపం చెయ్యడం తన జీవితాన్ని వ్యర్థంగా పాడుచేసుకోవడమే నని నిశ్చయించినాడు. వెంటనే పుస్తకాలు, బట్టలు సర్దుకొని కళాశాల చదువుకొక్క నమస్కారం చేసి అన్నగారితో వెళ్ళి ఇంటికి చేరుకున్నాడు.

రచనారంభం

అతడింటికి వచ్చునంతకు అతని జీవితంలో శాశ్వతమైన మార్పు గలిగించగల పరిస్థితులు ప్రత్యక్షమైనాయి. ఆ రోజులలో రష్యా దేశంలో ఒక విధమైన బానిసత్వం

అమలులో ఉండేది. ప్రతీ దేశంలోనూ ఉన్నట్లే దేశంలోని భూమి అంతా జమీందార్లనబడే ఏ కొద్ది మంది చేతులలోనో ఉండేది. మిగిలిన ప్రజలంతా ఒక్క భోజనానికే కాక ఇంటి స్థలాల కొరకుగూడా వాళ్ళనే ఆశ్రయించవలసి వచ్చేది. ఏనాడో జమీందార్లను ఆశ్రయించి వాళ్ళ భూములలో కాపురాలుండి – వాళ్ళ భూములు కౌలుకు చేస్తూ వచ్చిన ప్రజలు కాలక్రమేణ ఆ జమీందార్ల బానిసలుగా పరిణమించారు. భూములతో పాటు వాళ్ళు కూడా యజమానుల స్వంత అస్తులలో చేరిపోయారు. వాళ్ళక్కడ నుంచి పోయేటందుకు చట్టాలొప్పవు, జమీందార్లిష్టపడ్డా. క్రయవిక్రయాలలో భూములతో పాటు అందులో ఉన్న ప్రజలు కూడా చేతులు మారవలసిందే. వాళ్ళకే విధమైన హక్కులు లేవు. ఏ చట్టాలు, ఏ ప్రభుత్వం వాళ్ళ కష్టనిష్ఠురాలు విమర్శించ లేదు. వాళ్ళకి స్వంతం అన్నది లేదు. స్వతంత్రం ముందేలేదు. వాళ్ళు జమీందార్ల సౌఖ్యవిలాసాలు సమకూర్చే సజీవయంత్రాలు. అంత అస్వతంత్రులుగా ఉండడం చేతనే జమీందార్లు వాళ్ళయెడల చాలా నిరంకుశంగా ప్రవర్తించేవారు. కొట్టినా, తిట్టినా, చంపినా అదే మనడానికి వీల్లేదు. కోర్టులకు ఎక్కటానికి సామర్థ్యంగాని, స్వాతంత్ర్యంగాని ఆ నిర్భాగ్యులకు లేదు. ఏ విధంగానైనా తంటాలుపడి కోర్టుకెక్కినా ప్రభుత్వం అంతా జమీందార్లదే కనుక న్యాయం జరగడం మాట అలా ఉంచి ఎదురు వీళ్ళకే భాధ కలిగేది. ప్రాణహాని కలిగించినా, మానహాని కలిగించినా ఎదురుమాట చెప్పడానికి వీల్లేనంత నిరంకుశంగా ఆ జమీందార్ల జులుం సాగిపోతుండేది

లియో టాల్‌స్టాయ్ చదువు చాలించి స్వగ్రామం చేరుకొనేటప్పటికి పరిస్థితులిలా ఉన్నాయి, ఈ దురన్యాయం దేశంలో చాలా కాలం నుంచి వ్రేళ్లుపారి ఉన్నా లియో విద్యాభ్యాసం పేరు చెప్పి జ్ఞానం వచ్చినప్పటినుంచీ పట్టణాలలో ఉండిపోవడం చేత పల్లెటూళ్ళలో జరుగుతూ వున్న ఈ అన్యాయా లెప్పుడూ అతని కంట బడలేదు. జ్ఞానం వచ్చిన వెనక పల్లెటూళ్ళవైపు కన్నుత్రిప్పుటకిదే ప్రథమపర్యాయం.

విపరీతమైన స్వాతంత్రకాంక్ష గల లియో ఆ ప్రజల అస్వాతంత్ర్యపు బ్రతుకును చూచి సహించలేక పోయాడు. తోటి మానవులు ఆ విధంగా బాధలు పడుతుంటే, ప్రజలావైపునకు దృష్టి మరల్చకపోవడం అతనికి చాలా విచారం కలగచేసింది. వెంటనే ప్రజలదృష్టిని ఆ వంకకు త్రిప్పి, బాధలతో చివికిపోతూ ఉన్న బానిసల పరాధీనత్వం పోగొట్టే ప్రయత్నం చెయ్యాలని నిశ్చయించాడు. ఆ అమాయకుల దురవస్థలు చూడడం, వినడం వల్ల కలిగిన హృదయవేదన అంతా కలంలోంచి ప్రవహింపజేశాడు. వాళ్ళ కష్టాలు, వాళ్ళకి జరుగుతున్న అన్యాయాలు వర్ణిస్తూ, జమీందార్లు ఆ దరిద్రులకి స్వాతంత్రం ఈయవలసిన ఆవశ్యకతను ప్రకటిస్తూ "ఒక భూస్వామి ప్రాతః కాలక్షేపం" అను చిన్న నవల రాసి ప్రకటించాడు.

అతని యీ ప్రయత్నం ప్రజలలో కొంతవరకు సంచలనం కలిగించింది. కాని ప్రజల యొక్క ఆవేశాన్నీ, ఉద్రేకాన్నీ కావ్యరూపంలోకి తేగల శక్తి లియో దగ్గర లేదు. ఆనాటికి అతని అభిప్రాయాలు అలాంటి ఘనకార్యాలు నిర్వహించ గలంత సమర్థంగా లేవు. తల పెట్టిన పని నిర్వహించబడేదాకా ఓ పగ్గం లాగగల ఓపికా, స్థైర్యం కూడా అతనిలో తక్కువే. ప్రజల బాధలు, జమీందార్లు చేసే దురంతాలు చూసినమీద కలిగిన ఆవేశంలో తన జీవితం అంతా వాళ్ళని బాగు చేసేటందుకు వినియోగించాలని నిశ్చయించినా, ఆ అభిప్రాయాలు త్వరలోనే అడుగున పడ్డాయి. తన హృదయంలో సుఖం, భోగం, విలాసాలమీద ఆశ ఇంకా చల్లారలేదు. పొంగుతూ వున్న యౌవ్వన రక్తం, చేయిమునగా డబ్బు, మంచి ఆరోగ్యం, సౌందర్యం అన్నీ కలసి అతని మనస్సుకు నిలకడ లేకుండా చేశాయి. అతని భోగతృష్ణ ప్రశాంతంగా, విశేష మార్పు లేకుండా ఉండే పల్లెటూరి జీవనంమీద కంటే ఉత్తేజకంగా ఉండి పట్టణవాస జీవనం మీద అభిమానం చూపింది. వెంటనే టాల్‌స్టాయ్ తన ఆదర్శాలకి స్వస్తిచెప్పి మూటాముల్లే సవరించుకొని, పెట్రోగ్రాడ్ చేరుకున్నాడు.

పెట్రోగ్రాడ్ చేరుకున్నాక లియో టాల్‌స్టాయ్ జీవితం సంపూర్ణంగా నైతిక పతనానికి పాల్పడింది. పేకాట, జూదం, త్రాగుడు మొదలైన దుర్వృత్తులకు అలవాటు పడిపోయినాడు. డబ్బు లేనప్పుడు అప్పులు ప్రారంభించాడు. దానితో వలసినన్ని దుర్గుణాలు పట్టుబడ్డాయి. దానికి తగినట్టే అతని మనస్సు కూడా స్థైర్యం అనేది ఎరగకుండా నిముషానికి ఒకదారి త్రొక్కేది. ఒక క్షణంలో దేశాలు తిరగాలని కోరిక. మరునిముషంలో కళాశాల చదువు పూర్తిచెయ్యాలని దుగ్ధ. ఒకమాటు దేశసేవ, ప్రజాసేవ చెయ్యాలనే ఆదర్శం. వెంటనే మనుష్యజన్మ భోగవిలాసాలను అనుభవించడానికే అనే భావపతనం. ఒక క్షణంలో సాహిత్యసేవ చేసి కీర్తిగడించాలని ఆశ. మరొక క్షణంలో యుద్ధరంగంలో పేరు పొందాలని కోరిక. ఈ విధంగా అతని మనస్సు చుక్కానిలేని పడవ మాదిరిగా, ఇంద్రియ వాంఛలు ఏ మూల కీడీస్తే ఆ మూలకి పరుగులు పెట్టుతూ ఉండేది.

రెండేళ్ళకు పైగా లియో టాల్‌స్టాయ్ ఈ విధంగా అస్థిరజీవితం గడిపి కడకు విసిగిపోయినాడు. అతిపరిచయం చేత భోగాలమీద ఆసక్తి తగ్గింది. ఎక్కడికైనా వెళ్ళిపోయి ప్రశాంతంగా జీవించాలని కోరిక పుట్టింది. దానికితోడు అప్పులు పెరిగి పోయినాయి. తీరే ఉపాయం లేదు. ఏ సైన్యాలలోనో చేరి అప్పులు తీర్చాలని నిశ్చయం కలిగింది.

సరిగ్గా ఘటనలు కూడా అనుకూలపడి టాల్‌స్టాయ్ పతితజీవితం ఉద్ధరించబడటానికి అనుకూలంగా ఏర్పడినాయి.

లియో పెద్దన్నగారైన నికోలస్ డిమిత్రీ, కాజాన్ కళాశాలలో విద్య పూర్తి చేసుకుని సైన్యాలలో ఉద్యోగిగా చేరాడు. వెంటనే కకేషయా ప్రాంతాలలో ప్రజావిప్లవం అణచి

వెయ్యడానికి పంపబడుతున్న ఫిరంగిదళంలో ఉద్యోగిగా అక్కడకి పంపబడ్డాడు. 1851 లో డిమెట్రీ కొన్ని నెలల పాటు ఉద్యోగానికి సెలవు పెట్టి స్వగ్రామం వచ్చాడు. తమ్ముని స్థితిగతులు చూచాడు. ఆ పువ్వుల రంగణ్ణి ఇంక ఈ ప్రదేశంలో వదిలేస్తే లాభం లేదనుకున్నాడు. ఉన్నాడా అంతకంతకి అతని జీవితం ధ్వంసం అయిపోతుంది. ఏదైనా పనిలో ప్రవేశపెడితే అతని పరిస్థితులు మారవచ్చునని అతడు ఊహించాడు. మంచి చెడ్డలన్నీ ఆలోచించి తమ్మునితో తన అభిప్రాయం అంతా చెప్పి తనతో కకేషియా రమ్మన్నాడు.

అవకాశం దొరికితే ఎక్కడికైనా పోదామని చూస్తున్న టాల్‌స్టాయ్ అన్నగారి ప్రస్తావనకి వెంటనే అంగీకరించాడు. పేకాటలలో పెట్టిన తాకట్లు, విలాసాలకోసం చేసిన అప్పులూ, నెత్తిన తన్నుతున్నాయి. వాటిని తీర్చటానికి ధనం అవసరం. లియో టాల్‌స్టాయ్ ఆకాశహర్మ్యాలు నిర్మించుకుంటూ అన్నగారి వెంట కకేషియా చేరుకున్నాడు.

కకేషియా చేరుకున్న కొద్దిరోజుల దాకా టాల్‌స్టాయ్‌కి పూర్వ వాసనలు వదల లేదు. అక్కడకు వెళ్ళిన తర్వాత కూడా కొద్ది దినాల దాకా వేట, జూదం, పేక, త్రాగుడు మొదలైన దుర్వ్యసనాలు విడిచి పెట్టలేకపోయాడు. దగ్గరనే ఉన్న డిమిట్రీ మరల హెచ్చరించడంతోనే కళ్ళు తెరచాడు. ఒక్కమారుగా తన దుర్వ్యసనాలకి సెలవిచ్చాడు. వెంటనే టిఫలిస్ నగరం చేరి సైనిక కళాశాలలో పేరు చేర్పించుకున్నాడు.

టాల్‌స్టాయ్‌కి చదువుమీద యెక్కడలేని శ్రద్ధా కలిగింది. కాలేజీలోని ఉపన్యాసాల విషయంలో విపరీతమైన శ్రద్ధ తీసుకున్నాడు. ఈ లోపుగా తనకు చిన్ననాటి నుంచీ సాహిత్యం మీదనున్న అభిమానం పెంపొందించుకున్నాడు. ఇప్పుడతని బద్ధకం, దుర్వ్యసనాలు ఏమైపోయినవో అతడా వైపునకైనా తొంగిచూడడం లేదు

టిఫలిస్ కళాశాలలో చదువుతూ ఉండగానే లియో 'బాల్యం' (Boyhood) అనే తన రెండవ నవల పూర్తిచేసాడు. అది పూర్తైపోయినంతనే పెట్రోగ్రాడ్ నుంచి ప్రకటింపబడుతూ ఉన్న ఒక మాసపత్రికలో ప్రకటించడం కొరకు పంపించాడు. ఆ పత్రిక సంపాదకుడు రష్యాలో కెల్ల పేరుపడ్డ కవుల రచనలేగాని ప్రచురించేవాడుకాడు. లియో టాల్‌స్టాయ్ నవల అతని దృష్టిని పూర్తిగా ఆకర్షించింది. సంపాదకుడా నవలను మంచి ఉత్సాహం - సంతోషం వెలిబుచ్చుతూ ప్రకటించాడు, సంచికలో. సంపాదకుని అభివందనాలతో ప్రచురింపబడ్డ తన గ్రంథాన్ని చూచుకొని లియో టాల్‌స్టాయ్ సాహిత్య జీవితంలో తాను పొందగల అభివృద్ధిని తలచుకొని పొంగిపోయాడు.

టాల్‌స్టాయ్ ఆ సంవత్సరం పరీక్షలలో కూడా ఉత్తమ తరగతిలో కృతార్థుడైనాడు. పరీక్షా ఫలితాలు ప్రకటించ బడినంతనే సైన్యాలలో ఉద్యోగం దొరికింది. ఆ రోజులలో

కకేషియా ప్రజలలో రేగుతున్న విప్లవాగ్ని చల్లార్చి వాళ్ళను అణిచి వెయ్యడానికై నియమించబడ్డ సేనలలో, ఫిరంగి సైన్యములో అతడు కూడా ఒక ఉద్యోగిగా నియమించబడ్డాడు.

యుద్ధరంగంలో

లియో టాల్‌స్టాయ్ మహోత్సాహంతో ఉద్యోగధర్మాలు నెరవేరుస్తూ కొంతకాలం వెళ్ళబుచ్చాడు. కాని, అతని మనస్సు చాలా రోజులా పనియందుత్సాహం చూపలేదు. ప్రజలను భయపెట్టేందుకు నాలుగు వీధుల మొగలలో ఫిరంగులతో కొలువు చేయడం, తుపాకులు భుజాలమీద వేసుకొని వీధుల వెంబడి కవాతు చేయడం, ఆ ఆర్భాటాలు, అట్టహాసాలు లియో ప్రకృతికి ఎంత మాత్రం నచ్చలేదు. ఇంక వీలు, సెలవు దొరికినప్పుడెలా కకేషియన్ పర్వతాలలోని ప్రకృతి దృశ్యాలలో తన్మయుడై విహరిస్తూనో, వేటాడుతూనో, మాసపత్రికలకి చిన్న చిన్న కథలు వ్రాస్తూనో, భవిష్యత్తంతా ఊహాచిత్రాలతో అలంకరించు కొంటూనో, కొంతకాలం దాకా మనస్సుకు ఉత్సాహం కల్పించుకున్నాడు. కాని, ఆ ఉత్సాహం కూడా చాలా రోజులుండలేదు. సైన్యాలలో వ్యర్థంగా పడిఉండడం అతనికి నచ్చింది కాదు. వెంటనే తన ఉద్యోగానికి రాజీనామా నిస్తూ కాగితం పంపించాడు.

ఇంతలో అతడు పంపించిన రాజీనామా పత్రంపై వారు ధ్రువపరచక ముందే టర్కీ రష్యాల మధ్య చరిత్ర ప్రసిద్ధమైన క్రిమియా యుద్ధం ప్రారంభమయింది.

1774 వ సంవత్సరములో టర్కీ రష్యాల మధ్య ఒక సంధి జరిగింది. ఆ సంధి పత్రంలోని కొన్ని సంధిగ్ధ వాక్యాల కర్థ సమన్వయం చేయడానికీ, పాలస్థయిన్‌లోని క్రైస్తవ పుణ్యస్థలాల మీద అధికార నిర్ణయం పేరుచెప్పి ఆ రెండు ప్రభుత్వాలూ తుపాకు లెత్తినాయి. వాటిని అనుసరించి నెమ్మది నెమ్మదిగా ఇంగ్లాండు, ఫ్రాన్స్, సార్డీనియా ప్రభుత్వాలు కూడా యుద్ధరంగంలో కాలు పెట్టినాయి.

యుద్ధం ప్రకటించబడగానే లియో టాల్‌స్టాయ్ తాను పంపిన రాజీనామా పత్రాన్ని ఉపసంహరించుకొని యుద్ధరంగంలోనికి పోవడానికి ఆజ్ఞ కోరాడు. ఆ సమయమున టాల్‌స్టాయ్ మేనమామ "గోర్ట్‌చెకోఫ్" రాకుమారుడు రష్యా సేనాధ్యక్షుడుగా ఉన్నాడు. "గోర్ట్‌చెకోఫ్" వెంటనే లియో ప్రార్థనను అంగీకరించి తన సహాయ సేనాధిపతులలో ఒకణ్ణిగా చేర్చుకొని రణభూమికి పంపడానికి ఇష్టం చూపాడు.

యుద్ధం ఆరంభం అయింది. ఇరుపక్షాల ముట్టడులు ఆరంభమైనాయి. వెంటనే 1854 నవంబర్ నెలలో లియో టాల్‌స్టాయ్ యూరోపియన్ టర్కీ సరిహద్దులో ఉన్న "శవ స్థోపల్" దుర్గాన్ని రక్షించుతున్న ఫిరంగి సైన్యాలకి నాయకుడుగా నియమించబడ్డాడు.

యుద్ధకళలో అతడిచ్చిన ఉత్తమ పరీక్ష, కకేషియాలో అతడు చూపిన సామర్థ్యం, అతని కిట్టి పూచీగల ఉద్యోగం ఇప్పించింది. సామాన్య సైనికుడుగా గాక ఉన్నతపదవిలో పనిచేయడం చేతనే అతడు యుద్ధం యొక్క నిజస్వరూపం గ్రహించడానికి అవకాశం కలిగింది.

"ప్రభువులు, ధనికులు, తమ మేడలు దిగకుండానే ప్రజల్ని యుద్ధరంగాలలో చావడానికి పంపుతున్నారు. చిన్న జీతాలమీద పోషింపబడే సైనికులు, దరిద్రులు – దాసులుగా చేలోపు కావడంచేత యుద్ధరంగాలలో బలవంతంగా బలిచేసెయ్య బడుతున్నారు. యుద్ధాలకి మూలకందాలైన, మహామహులంతా దూరదూరంగా నిల్చుని దేశం, మతం పేరు చెప్పి వగపులు వగుస్తూన్నారు. యుద్ధం ఎందుకొచ్చిందో, ఎవ్వరితో యుద్ధం చెయ్యాలో ఎరగని అమాయకులైన ప్రజలు చంపడానికీ, చావడానికి సిద్ధం చెయ్యబడుతున్నారు. అనేక విధాల ఆశపెట్టి, బలవంత పెట్టి, బూటకములైన మతోద్రేకాలు కలిగించి ఆ అసహాయులైన ప్రజల్ని గుడికి – పోతుల్ని తెచ్చినట్లు లాక్కొస్తున్నారు. తమ కోసం బలవంతంగా ప్రాణాలివ్వడానికి పోతున్న ఆ అమాయకులకి ధనవంతులు – ప్రభువులు చేస్తున్న సౌకర్యాలేమిట? వాళ్ళ కుటుంబాలు ఇంటి దగ్గర తిండికోసం పూర్వంకంటే ఎక్కువ బాధపడుతున్నాయి. 'మూలిగే నక్క మీద తాటిపండులా' అన్ని విధాలా బాధలతో సతమతం అవుతున్న ప్రజలకి నిర్బంధ సైనికశాసనం, బంధువియోగం దుర్భరమైపోతుంది. ఇంటిదగ్గర మాట అలా వుంచి సైన్యాలలో చేరిన వాళ్ళమాట ఆలోచిస్తే, వాళ్ళు మాత్రం ఏం సుఖపడుతున్నారు ? యుద్ధభూమికి పోవాలంటే స్వగ్రామాలనుంచి వందలకొద్దీ మైళ్ళు పోవాలి. దేశంలో సరియైన బాటలు లేవు. ప్రయాణ సౌకర్యాలసలే లేవు. కడుపునిండా తిండి లేదు. ఒక్కొక్క రోజున ఉప్పిళ్ళూ ఉపవాసాలూ, ఒక్కొక్కప్పుడు అర్ధాకలిగా తిండీ. దానికితోడు పెద్ద పెద్ద బరువులు ఈడ్చుకుంటూ వందలకొద్దీ మైళ్ళు కాలినడకన ప్రయాణం. వాళ్ళ కష్టాలు చూసేవాళ్ళు, సానుభూతి చూపేవాళ్ళు లేకపోయినా, ధర్మపన్నాలు చెపుతూ, పోటీలు పెట్టడానికంతా పెద్దలే. "దూరదేశంలో ఉన్న మన సోదరప్రజల్ని రక్షించవలసిన బాధ్యత మీది !" అని ప్రజానాయకులు బోధిస్తారు. "టర్కీ మనతో చేసుకున్న సంధిపత్రాన్ని అతిక్రమించింది. ఇప్పుడు కనుక మనం ఊరుకున్నామా ప్రభుత్వ గౌరవం చెడుతుంది. ప్రభుత్వ గౌరవాన్ని రక్షించవలసిన బాధ్యత ప్రజలది" అని ప్రభుత్వం శాసిస్తుంది. ఒక దాని కొకటి అతుకని ఈ మాటలకీ – ఆజ్ఞలకీ – అర్థం ఏమిటని అడగనైనా అడగకుండా తలవంచి తీరపలసిందే ప్రజలు. ఎంత అన్యాయం !

సైన్యోద్యోగిగా ఉన్న టాల్‌స్టాయ్ ఆ పరిస్థితులన్నీ కళ్ళారా చూసాడు. ఏమీ ఎరగనివాళ్ళని యుద్ధరంగంలో నిలబెట్టడానికి కూయవలసిన అబద్ధాలు, కారుకూతలు స్వానుభవం చేత గ్రహించాడు.

టాల్‌స్టాయ్ సైనికులమీదా, ప్రజలమీదా జరుగుతున్న అత్యాచారాలు సహించలేక పోయాడు. సరియైన ఆయుధ సామాగ్రి లేక వేలకొద్ది వ్యర్థంగా శత్రువుల ఫిరంగులు కురిసే అగ్నిలో మాడిపోతున్నారు. గాయాలు తగిలి వేలకొద్దీ పడిపోతున్నారు. దెబ్బలు తిన్నవాళ్ళకి మంచినీళ్ళైనా ఇచ్చేటందుకు ఏర్పాట్లు లేవు. వైద్యసహాయం అసలే లేదు. మత్తుమందివ్వకుండానే వాళ్ళ గాయాలు పరపర కోసేస్తున్నారు గుళ్ళు తీయడానికి. ఆ బాధలకి తాళుకోలేక వేలకొద్దీ ఆసుపత్రులలో చచ్చిపోతున్నారు. టాల్‌స్టాయ్‌కి ఇవన్నీ చూచేటప్పటికి రక్తం ఉడుకెత్తింది.కాని, వాళ్ళకి చేయగల సహాయం ఏమిటి ? ప్రజల యొక్క ప్రభుత్వం యొక్క దృష్టికి సైనికులు పడుతున్న బాధలు ప్రత్యక్షంచేస్తే ఏమైనా లాభం కలుగుతుందేమోనని "శవస్థోపల్ కథలు" (Tales from Sevestopol) అనే పేరుతో చిన్నకథలు అనేకములు వ్రాసి పత్రికలకు పంపాడు.

అతడు పడినశ్రమకు ఫలితం కలిగింది. ఆ కథలు చదివాక, అదివరకెన్నడూ సైనికుల కష్టసుఖాలు కనుక్కోని నికోలస్‌జార్ హృదయంలో సంచలనం కలిగింది. కొంత వరకూ వాళ్ళ స్థితిగతుల్లో మార్పు కలగడానికి అవకాశం కలిగించినాయి, ఆ కథలు.

క్రిమియా యుద్ధంలో సంపాదించిన అనుభవంతో లియో టాల్‌స్టాయ్ ముందు ముందు "యుద్ధం – శాంతి" (War and Peace) అనే నవలతో ప్రపంచం ముందు ప్రత్యక్షమైనాడు. ఆనాడతడు శవస్థోపల్ రంగంలో పనిచేసి ఉండకపోతే యుద్ధం, యుద్ధం పేరుచెప్పి జరుగుతున్న అన్యాయం, నైతికపతనం, అంత స్వాభావికంగా కళ్ళకు కట్టినట్లు వర్ణించలేకపోయి ఉండవచ్చును.

1855 వ సంవత్సరంలో శవస్థోపల్ శత్రువుల చేతిలో పడిపోయింది. రష్యా సైన్యాలు నాలుగు మూలలకీ చెదిరిపోయినాయి. యుద్ధరంగంలో జరుగుతున్న అన్యాయం, యుద్ధం పేరు చెప్పి అమాయక ప్రజల్ని ధనవంతులంతా చేస్తున్న మోసం చూసేటప్పటికి టాల్‌స్టాయ్‌కి ప్రథమంలో ఉన్న ఆవేశం, ఉత్సాహం అడుగంటినాయి.

శవస్థోపల్ రంగము నందలి అంతిమ పరిస్థితుల రిపోర్టు తీసుకొని లియో టాల్‌స్టాయ్ పెట్రోగ్రాడ్ చేరుకున్నాడు. ఆ రిపోర్టుతో పాటు తన రాజీనామా కాగితం కూడా దాఖలు చేసివేశాడు.

యుద్ధరంగం నుంచి ఇంటికి రాగానే టాల్‌స్టాయ్ మనస్సులో చిరకాలం నుంచి రేగుతున్న విదేశియాత్రమీద వాంఛ మళ్ళీ మొలకలెత్తింది. చివరకు ఆ కోరిక బలీయమై యుద్ధం ఆగిపోయిన వెంటనే మూటాముల్లే కట్టుకొని ఫ్రాన్స్ దేశానికి ప్రయాణం కట్టాడు.

ఆ రోజుల్లో రష్యా దేశంలో రైళ్ళు చాలా తక్కువ. కనుక టాల్‌స్టాయ్ పెట్రోగ్రాడ్ నుంచి పోలాండు రాజధాని వార్సా వరకూ అంచె బళ్ళమీద ప్రయాణం చేసి అక్కడ నుంచి రైలు మీద తిన్నగా ప్యారిస్ చేరాడు.

ప్యారిస్‌లో కొన్ని నెలల పాటుండి దేశపరిస్థితులు సూక్ష్మదృష్టితో పరిశీలించాడు. ప్రజాసంస్థలలో పాలు తీసుకొన్నాడు. రాజకీయరంగాల వైపు తొంగిచూచాడు. ఏ మూలనైనా శాంతి, సౌమ్యత ఉందేమోనని వెతికాడు. కాని, అతనికి ఎక్కడా శాంతి అన్నమాట కనబడలేదు. నాగరికత పేరున జరుగుతున్న దురంతాలు, దుర్ణయాలు అతని శరీరం కంపింప చేసినాయి. అన్నిటికంటే అతని హృదయానికి విపరీతమైన బాధ కలిగించి మూలమట్టుగా కదల్చిన విషయం ఫ్రాన్స్‌లో ప్రాణదండన నిర్వహించబడే విధానం. శిక్షితుని తల "గిలోటిన్" అనే ఇనుపయంత్రంలో మూసివేయబడేది. తరువాత కట్టింగు యంత్రంలోని కత్తిమాదిరి కత్తి నేరస్థుని తలను జాగ్రత్తగా నరుకుతుంది. యంత్రంలో మూసినతర్వాత తల వేరయేవరకూ ఆ మనుష్యుడి ఊపిరి తిరుగక పడే బాధ అపరిమితం. నేరస్థుల్ని బాధించి ప్రతీకారం తీర్చుకోగల ఈ విధానము కనిపెట్టబడిన వాని పేరనే "గిలోటిన్" అని పిలువబడుతూ ఉండేది.

టాల్‌స్టాయ్, పారిస్ నగరమందలి ఈ భయంకర నాగరికతకి తాళుకోలేక వెంటనే స్విట్జర్లాండు వెళ్ళిపోయాడు.

స్విట్జర్లాండు యూరప్ ఖండంలో కల్లా సుందరమైన ప్రకృతి దృశ్యాలకి పేరుపడ్డ దేశం. హిందూ దేశానికి కాశ్మీరులా ఉంటుంది యూరప్‌కి స్విట్జర్లాండు. హిమాలయ పర్వతాలంత ఎత్తుగల "ఆల్ప్సు" పర్వతాలున్నా యక్కడ. ఆ పర్వతాలలో పుట్టి, అందమైన పచ్చిక బయళ్ళలో, లోయలలో ప్రవహిస్తూ ఉండే జినేవా నదీతీరం ప్రతి మానవమాత్రుడూ చూడదగిన ప్రదేశం.

టాల్‌స్టాయ్ ఆ నదీతీరాన చాలారోజులు ప్రకృతి దృశ్యాలు చూస్తూ గడిపాడు. తరువాత కొన్ని రోజులు జినేవా నదీతీరాన ప్రయాణం చేసి స్విట్జర్లాండంతా తిరిగాడు.

టాల్‌స్టాయ్ లోకార్నోలో ఉండగా అతనికి కొందరు ఆంగ్లేయ యాత్రికులతో సంబంధం కలిగింది. అతడా ఆంగ్లేయులు చూపే గర్వం అహంకారం చూసి నివ్వెరపడ్డాడు. వాళ్ళు జాతిగర్వం చేత చేసే అత్యాచారా లతనికి అసహ్యం కలగచేసినాయి. ఇతర దేశస్థులు, మతస్థులు అంటే వాళ్ళు చూపే అసహ్యం, క్రోధం అతని మనస్సుకి బాధ కలగచేసినాయి. వెంటనే అతడు ఆంగ్లేయులతోడి సంబంధంలో తనకు కలిగిన అనుభవాలు వర్ణిస్తూ "ఆల్బర్ట్" అనే కథ వ్రాసి ప్రచురించాడు.

తరువాత అతడక్కడ నుండి బయలుదేరి జర్మనీ చేరినాడు. కొంతకాలం ఆ దేశంలో కూడా ప్రయాణంచేసి చూడదగ్గ ప్రదేశాలు చూసి, మళ్ళా స్వదేశం, స్వగ్రామం చేరుకున్నాడు.

కర్తవ్యనిర్ణయం

విదేశాల నుంచి వచ్చిన కొద్దిరోజుల వరకూ స్వగ్రామంలో ఉండి తరువాత టాల్‌స్టాయ్ పెట్రోగ్రాడ్ చేరుకున్నాడు. అక్కడకు చేరుకున్న కొద్దిరోజులకే మాస్కో సాహిత్యపరిషత్తులో టాల్‌స్టాయ్ సభ్యుడుగా ఎన్నుకోబడ్డాడు. పరిషత్సభ్యులంతా టాల్‌స్టాయ్‌కి బ్రహ్మాండమైన స్వాగతం ఇచ్చి గౌరవించారు.

కాని, ఈ గౌరవం అతనికి ఏమాత్రం సంతృప్తిని కలిగించలేదు.

అతనికి ధనవిషయంలో ఏమాత్రం లోటులేదు. మనస్సు చాలా మంచిది. మంచి విమర్శకుడు. పెద్ద ఉద్యోగి. శవస్థోపల్ రంగంలో మంచి పేరుపడ్డాడు. దేశదేశాలు తిరిగి మంచి అనుభవం సంపాదించాడు. వీటన్నిటికి తోడు రష్యన్ సాహిత్యనిర్మాతలలో పెద్దపేరు పొందాడు.

ప్రారంభంలో లియో టాల్‌స్టాయ్ కివన్నీ చాలా సంతోషం, సంతృప్తి కలిగించినాయి. కాని, సంవత్సరం లోపుగానే అతనికీ పరిస్థితులు చాలా అవమానకరంగా తోచినాయి. టాల్‌స్టాయ్ ఆత్మపరిశోధనయే దానికి కారణం. "మనం ప్రజలకు ఉపయోగించే పని ఏం చేసినట్లు ?" ఈ ప్రశ్నతో అతనికి జీవితరహస్యం కళ్ళకి కట్టినట్లు కనపడింది. తన ప్రవర్తనపై అసహ్యం, పరితాపం కలిగింది. దానితో అతని జీవితచక్రంలో పరివర్తనం కలిగింది. అతని జీవితానికి గమ్యం ఏర్పడింది.

సరిగ్గా ఆ సంవత్సరమే జారు మొదటి నికోలస్ చనిపోయి రెండవ నికోలస్ రష్యా సింహాసనం ఎక్కాడు. మొదటి నికోలస్ కాలంలో రష్యా అంతా మంగలంలో వేగినట్లు వేగిపోయింది. ప్రజల నోళ్ళు మూసి వెయ్యబడినాయి. పత్రికల గొంతుల కురులేర్పడినాయి. ప్రభుత్వ పద్ధతి నేమాత్రం విమర్శించినా, అసమ్మతి చూపినా, ప్రజలు కఠినశిక్షల పాలు చెయ్యబడేవారు. దానికితోడు క్రిమియా యుద్ధం అంటూ వచ్చి దేశపరిస్థితులు మరింత అధ్వాన్నం అయిపోయినాయి. నిర్బంధంగా ప్రజలు ఫిరంగుల ముందుకి తోసివెయ్యబడ్డారు. యుద్ధం కారణంగా లక్షల కొలదీ జనులు చచ్చిపోయారు. వేలకొద్దీ మైళ్ళ భూమి ధ్వంసం అయిపోయింది. అన్నంలేక, బట్టలేక, స్వాతంత్ర్యం లేక దేశం అంతా గగ్గోలు పెట్టిపోయారు.

ఆ పరిస్థితులలో రెండవ నికోలస్ సామ్రాజ్యపీఠం అధిష్ఠించాడు. అతడు రాజ్యానికి రాగానే మొట్టమొదట చేసిన పని ముద్రణాశాసనం బిగింపులు తగ్గించడం. పత్రికలకి ప్రోత్సాహం ఇచ్చాడు. ప్రజాభిప్రాయానికి విలువ చూపిస్తానన్నాడు. సంస్కరణలు రాజ్యంలో ప్రవేశపెట్టడానికి ప్రయత్నాలు సాగించాడు.

నిర్బంధాలు బిగి సడలగానే ప్రజల మనస్సులలో దాగిఉన్న సంస్కరణోత్సాహం విజృంభించింది. ప్రజాహృదయాన్నీ, అభిరుచినీ సూచించే పత్రికలు ఊరూరా బైలుదేరినాయి. రెండో నికోలస్ రాజ్యానికి వచ్చిన రెండేళ్ళలో మాస్కో, పెట్రోగ్రాడ్ నగరాలలో డెబ్బై క్రొత్త పత్రికలు పుట్టినాయంటే అప్పుడు పత్రికా ప్రచారం ఎట్లా సాగిందో ఊహించవచ్చు ! ప్రతీ గ్రంథకర్తా, ప్రతి పత్రికా దేశం అంతటా నలభై ఎనిమిది లక్షలకు పైబడ్డ వ్యావసాయిక బానిసల విడుదలకై ఘోషించారు. టాల్‌స్టాయ్ కూడా ఆ బానిసల బాధలు తగ్గించడానికై తన కలం, కార్యదీక్షా కూడా వినియోగించాడు. తన చేతిలో ఉన్న బానిసలకి రాజశాసనం లేనిదే పూర్ణ స్వాతంత్ర్యం ఈయడానికి వీలులేకపోయినా - వాళ్ళందరికీ రోజుకూలి - నెలజీతం, ఏర్పాటుచేసి సంస్కరణలకి మార్గం తీసాడు.

ప్రజలందరూ కోరుతున్న సంస్కరణలకి వ్యతిరేకులు లేకపోలేదు. జమీందార్లంతా సంపూర్ణంగా వ్యతిరేకాభిప్రాయం చూపి సంస్కరణ పద్ధతుల్ని తిరస్కరించారు. చిరకాలం నుంచి తమ చేతిలో, తమ హక్కు భుక్తాలలో ఉన్న వాళ్ళని విడిచిపెట్టెయ్యాలన్న మాటే వాళ్ళు సహించలేక పోయారు. వాళ్ళందరికీ స్వాతంత్ర్యం ఇస్తే తమ అధికారం ఎవ్వరిమీద చూపిస్తారింక ? కొట్టినా, తిట్టినా, ఆడవాళ్ళని చెరపట్టినా నిశ్శబ్దంగా మరి ఎవ్వరూరుకుంటారు ? జమీందార్లు తమ నిరంకుశత్వానికి అభ్యంతరం కలగచేసే సంస్కరణలకి పూర్ణంగా ఎదురు తిరిగారు.

కాని నికోలస్ జారు, తన పట్టుదల విడిచి పెట్టలేదు. "సంస్కరణ కావాలి" అన్న ప్రజాభిప్రాయానికి అతడు గొప్ప సానుభూతి చూపాడు. "ఆలోచించి మీ చేతులతో వాళ్ళని విడుదల చెయ్యం" డని జమీందార్లని కోరాడు. కాని వాళ్ళెవరూ ముందడుగు వెయ్యలేదు. చివరకి మూడేళ్ళపాటు చూసిచూసి విసిగి, 1861 లో వ్యావసాయిక దాసులకి స్వాతంత్ర్యం ఇచ్చేస్తూ శాసనం ప్రకటించాడు.

48 లక్షల ప్రజల తరతరాల నుంచి బాధిస్తున్న దాస్యబంధం నుంచి విడుదలయ్యారు. వాళ్ళమీద జమీందార్లకున్న పలుకుబడి, అధికారం ఒక్క కాగితంతో ఎగిరి పోయినాయి, కాని అంతమాత్రం చేత వచ్చిన లాభం లేదు. ఎందుచేతనంటే ధనం, భూమి కూడా జమీందార్ల చేతులలోనే ఉంది. ప్రజలకి, వాళ్ళకి మధ్యవున్న భేదాలు అలాగే ఉంటే వాళ్ళుభయులూ పూర్తిగా నష్టపడతారు. కనుక టాల్‌స్టాయ్ వారుభయుల మధ్య సామరస్యం కుదర్చడానికి నడుం కట్టాడు.

చివర కతని ప్రయత్నాలు కొంత ఫలోన్ముఖాలై సంధి కుదర్చడానికొక ఉభయసంఘం నియమించ బడింది. టాల్‌స్టాయ్ అందులో ఒక సభ్యుడైనాడు.

కాని, అతడు ఆ సంఘంలో చిరకాలం పని చేయలేక పోయాడు. జమీందార్లంతా ప్రజల్ని ఏవిధంగా నైనా తిరిగి గోత పడద్రోయడానికి ప్రయత్నాలు చేస్తున్నారు. లియో టాల్‌స్టాయ్ మనస్ఫూర్తిగా ప్రజల సౌఖ్యం కోరి పనిచేస్తూన్నాడు. దానితో రెండభిప్రాయాలు, రెండు కక్ష్యలు బయలు దేరినాయి. జమీందారీ పక్షం టాల్‌స్టాయ్‌తో శత్రుత్వం వహించి, అతని మీద లేనిపోని అర్జీలూ, ఫిర్యాదులూ, ప్రభుత్వానికి పంపుతూ, పత్రికలలో దుష్ప్రచారం సాగించారు. ప్రభుత్వం కూడా అతనిని అనుమానించ సాగింది.అతడు చేసే ప్రతీ పనీ, చెప్పే ప్రతీమాట, ప్రభుత్వం శ్రద్ధగా పరిశీలించటం ఆరంభించింది. టాల్‌స్టాయ్ కింక పనిచెయ్యడం దుర్భరం అయింది. వెంటనే ఉపసంఘంలో రాజీనామా ఇచ్చి, స్వగ్రామానికి తిరిగి పోయాడు.

టాల్‌స్టాయ్ స్వగృహం చేరుకొని, తానిక చేయవలసిన పనేమిటని ఆలోచించ నారంభించాడు. అది నిర్ణయించడానికై తానిదివరకు చేసిన పనిని పర్యాలోచించ సాగాడు.

అతడు ఎప్పుడూ తను చేసిన పని సంపూర్ణం అయిందని అనుకోలేదు. ఉత్తమాదర్శాలకై వెతుకులాడుతున్న అతని మనస్సుకి తన జీవితంలో, తన పనుల్లో ఏదో లోపం, అసహజత్వం కనబడుతూనే ఉండేది.

రష్యాలో కొన్ని వందల పత్రికలూ కొన్ని వందల పుస్తకాలూ ప్రతీ నెలా ప్రచురణ అవుతున్నాయి. లక్షలకి పైబడ్డ వాటి ప్రతుల్ని లక్షలు ఖర్చుచేసి ప్రజలు కొని చదువుతూ ఉన్నారు. ఈ నవలలు, నాటకాలు, పత్రికలు ప్రజలింత డబ్బు పోసి ఎందుకు కొంటున్నారు? దానినుంచి తమ కేదో లాభం ఉన్నదనేనా ? తమ ధనానికి తగిన ప్రతిఫలం ఆ గ్రంథాలలో ఉంటుందనేనా ? ఆ గ్రంథాలలో – ఆ పత్రికలలో తాము వాళ్ళకి చేస్తున్న ఉపదేశం ఏమిటి ? చూపుతున్న ఆదర్శమేమిటి ?

టాల్‌స్టాయ్ అనేక పత్రికలనీ, అనేక మంది కవుల్నీ విమర్శించి చూసాడు. అతనికి ఎక్కడా ప్రజల బాగును కోరిన దొక్కటీ కనపడలేదు. అంతా బూటకం. ఈ కవులు, కళాకారులు తమ కళ ప్రజలకి బోధించాలనే ఉద్దేశ్యంతో కాకుండా కేవలం ప్రజాస్వామ్యం కంటే తమకున్న ప్రతిభని – గొప్పదనాన్నీ ప్రకటించుకోడానికే వ్రాస్తున్నారు. ఒకరు చెప్పిన విషయాన్ని వేరొకళ్ళు కాదని వాదన కందుకోవడం, ఒకణ్ణి పొగడి, పొగిడించుకొనడం; విమర్శ పేరు చెప్పి ఇష్టంలేని వాళ్ళని తిట్టడం, ఏదో విధంగా పెద్ద పేరు సంపాదించు కొనడానికి ప్రయత్నించడం, ఇవే నాటి రచనలలో చాలావాటిలో కనబడేది. లియో టాల్‌స్టాయ్ జ్ఞానదృష్టిలో ఈ కవుల, కళాకారుల జీవితాలు, సైన్యోద్యోగుల బదుకుకంటేనూ నీచంగానూ, అవినీతికరంగానూ కనబడ్డాయి.

"ఈ కవులంతా వ్రాసే ప్రణయగీతాలు ప్రజోపకారం ఏం చేస్తున్నాయి ? కాకి మీద, కుక్క మీద పద్యాలు వ్రాయడం, గీతాలల్లటం, ప్రజలకేం ఉపకరిస్తుంది ? వీళ్ళంతా వ్రాస్తున్న ఈ రచనలు కేవలం ఆత్మ సంతృప్తికేనా ? లేక ప్రజలకు ఉపయోగించడానికా? ప్రజోపయోగానికే అయితే తమ ఉద్దేశ్యం అవి ఎంతవరకూ నిర్వహించగలుగుతున్నాయి? ప్రజల యొక్క మనోవికాసానికి గాని, నైతిక వికాసానికి గాని ఏమేనా ఈ గీతాలు, రచనలు తోడుపడగలవా ? లేక కవుల ఆత్మ సంతృప్తి కొరకే అంటారా ? వాటిని పత్రికలలో ప్రచురించి ప్రజల ధనాన్నీ, అమూల్యమైన కాలాన్నీ కాగితాన్నీ ధ్వంసం చెయ్యడం ఎందుకు ?"

ఆ విమర్శనలతో కొన్ని రోజులతని మనస్సు ఉక్కిరిబిక్కిరి అయిపోయింది. అతనికి వాళ్ళ అభిప్రాయాలెంత మాత్రమూ నచ్చలేదు. వెంటనే మాస్కో సాహిత్య పరిషత్తులోని తన సభ్యత్వానికి రాజీనామా నిచ్చేశాడు. తన జీవితపథం కూడా మార్చేసుకున్నాడు.

తన జీవిత లక్ష్యం కూడా మార్చుకున్నాడు. పట్టణాలలో కూర్చొని పత్రికలలో వితండవాదాలు చేస్తూ, ప్రజల్ని విద్యావంతులుగా చేస్తున్నా మనుకోవడం కంటే పల్లెటూళ్ళలో ప్రజాస్వామ్యానికి ఉత్తమవిద్య నేర్పడం సరియైన సేవ అని నిర్ణయించాడు. కాని, విద్య ఏది ? ప్రస్తుతం నేర్పబడుతున్న విధానం పనికిరాదు. అది విద్యార్థి అభిరుచిని బట్టి గాక గురువుల సౌకర్యంకోసం నిర్మించబడింది. పిల్లల మనస్సు గ్రహించలేని తల్లిదండ్రుల సౌలభ్యం కోసం నిర్మించబడింది. ఒక్క రష్యాలోనే ఇలావుందా ? అన్ని దేశాలూ ఒక్కమాదిరిగానే ఉన్నాయా ? వాళ్ళేమైన క్రొత్తమార్గాలను అవలంబించారా ? అని ఆలోచన సాగించాడు. ఒక్కమాటు విదేశాలు పరిశీలించి రావాలని బయలుదేరినాడు.

అతడు ఇంగ్లాండ్, ఫ్రాన్స్, జర్మనీ మొదలైన దేశాలన్నీ మనోవినోదం కోసం కాకుండా విద్యావిధానం విమర్శిస్తూ సంచారం చేశాడు; కాని అతని కెక్కడా గ్రహించతగిన ప్రణాళిక కనబడలేదు. చివరకు ప్రాణం విసిగి జర్మనీ నుంచి ఒక పండితుని వెంట పెట్టుకొని స్వగ్రామం చేరాడు.

ఇంటికి చేరగానే ఫ్రెంచి గ్రంథకర్త - స్వాతంత్ర్య ప్రియుడు అయిన రూసో అభిప్రాయాలను అనుసరించి, టాల్‌స్టాయ్ స్వగ్రామంలోనే ప్రజల కొక ఆదర్శ పాఠశాల స్థాపించాడు. అందులో తన ఇచ్ఛానుసారం ఉత్తమం అని తోచిన పాఠ్యక్రమం ఏర్పరచాడు. పిల్లల్ని ఫలానా విషయం చదవండి అని నిర్బంధించకుండా, వాళ్ళ ఇష్టానుసారం పాఠ్యాలు నిర్ణయించుకోవాలి అని విధించాడు. గురువులా ఉద్దేశ్యాలతిక్రమించకుండా గట్టిగా కట్టడి చేశాడు.

టాల్‌స్టాయ్ యొక్క ఈ ప్రయత్నం పూర్తిగా సాగలేదు. వివిధములైన ఆలోచనలు అతని ఆరోగ్యాన్ని చెడగొట్టినాయి. ముసలితనంలో ఎనభై ఏళ్ళనాడు కూడా భ్రమించని అతని మనస్సు, ప్రజోపయోగకరమైన విద్యావిధానం నిర్ణయించడంలో కదిలిపోయింది.

డాక్టర్‌లు లియో టాల్‌స్టాయ్‌ని కొంతవరకు విశ్రాంతి తీసుకోమని సలహా ఇచ్చారు. స్నేహితులూ అదే ఉపదేశించారు. వెంటనే అతడు పాఠశాలను పండితుల చేతులలో పెట్టి, నడపవలసిన విధానాన్ని గూర్చి గట్టిగా నచ్చచెప్పి, తూర్పు రష్యాలో "కిర్ఘిజ్" ప్రాంతాలకి ఆరోగ్యం కొరకు వెళ్ళిపోయాడు.

టాల్‌స్టాయ్ గ్రామం విడిచి పెట్టగానే అదివరకే అతనిని, అతని పనుల్ని సందేహదృష్టితో చూస్తున్న రష్యా ప్రభుత్వం అతని ఇంటిని శోధించింది కాని, వారెంత ప్రయత్నించినా లియో ననుమానింపదగిన పత్రాలు కాని, సాక్ష్యాలు కాని దొరకలేదు. వాళ్ళు వచ్చినట్టే చేతులూపుకుంటూ పోవలసి వచ్చింది.

ఈ దాడివలన ప్రభుత్వానికి కలిగిన లాభం లేకపోయినా ప్రజలకీ దేశంకీ కొంతనష్టం కలగకపోలేదు. ఈ సోదాల వలన ప్రజలు భయపడి టాల్‌స్టాయ్ పాఠశాలకి పిల్లల్ని పంపించడానికి వెనకతీసారు. పిల్లలు లేకపోవడంచేత పాఠశాల మూసేసి ఉపాధ్యాయులు వెళ్ళిపోయారు.

లియో టాల్‌స్టాయ్ మిక్కిలి శ్రమపడి, ఆరోగ్యాన్ని కూడా లెక్కపెట్టక ప్రజలకొరకు, పిల్లల క్షేమం కొరకు స్థాపించిన ఆదర్శపాఠశాల ప్రారంభంలోనే మూతబడిపోయింది. కాని, తరువాత తరువాత, టాల్‌స్టాయ్ ఆదర్శాలను అనుసరించే పాఠ్యగ్రంథాలు, పాఠశాలలు రష్యాలో నాలుగుమూలలా బయలుదేరినాయి.

పాఠశాల పెట్టిన తర్వాత టాల్‌స్టాయ్ పిల్లలకై చిన్న చిన్న కథలు వ్రాసి ప్రచురించాడు. ఆ కథలే అతని పాఠశాలలో పిల్లలకు పాఠ్యాలుగా ఉపయోగించేవి.

తరువాత అతడు "కిర్ఘిజ్" లో ఆరోగ్యం కొరకు పోయినప్పుడు అంధకారశక్తి (Power of Darkness) అంటూ ఒక పుస్తకం వ్రాసి ప్రచురించాడు. కాని, ప్రభుత్వం దాని నెంతో కాలం బయట నుండనీయలేదు. ప్రచురించబడిన కొద్ది దినాల్లోనే దానిని ప్రభుత్వం నిషేధించింది.

వివాహం, గ్రంథరచన

1862 లో లియో టాల్‌స్టాయ్ రష్యా రాజగృహ వైద్యుని కుమార్తె "సోఫియా" అను పడుచును వివాహం చేసుకున్నాడు. అప్పటికతని వయస్సు 34 సంవత్సరాలు. పెండ్లి కూతురుకు 18. వాళ్ళిద్దరూ పరస్పరం గుణమోహితులై పెండ్లాడారు. వారి

అభిప్రాయాల్లో ఎంతభేదం కలిగినా ఆ కారణం చేతనే ఆ ప్రేమ కెప్పుడూ విభేదం రాలేదు. టాల్‌స్టాయ్ ప్రజలకెవ్వరికీ లేని ఆస్తి నాకుమాత్రం ఎందుకని దానితో సంపర్కం విడవగోరేవాడు. ఆమె అభిప్రాయాలు కేవలం దానికి వ్యతిరేకం. సామాన్య ప్రజల మధ్య తన ఆధిక్యం నిలవ బెట్టగోరేది ఆమె. పల్లెటూరి ప్రజలతో కలసి మెలసి తిరగడానికీ, వాళ్ళలో సంచలనం కలిగించి, అభివృద్ధిలోనికి తీసుకు రావడానికీ అతడభిలషించాడు. ఆమె బీదవాళ్ళతో కలసి మెలసి ఉండడం తమబోటి ధనికుల గౌరవానికి భంగకరం అని ఊహించేది. అతడు తన పుస్తకాలకు ఎంతధనం ఇచ్చినా తీసుకోవడానికి అంగీకరించేవాడు కాడు. కాపీరైటు రిజిష్టరు చేయించుకోకపోతే అపరిమిత ధన నష్టం కలుగుతుందని ఆమె వాదించేది. ఈ విధాలైన అభిప్రాయభేదాలు చాలా కలుగుతూ ఉండినా అవేవీ వారి అనురాగానికి బంధాలు కాలేదు. అవి వారి దాంపత్యసౌఖ్యానికి అడ్డురాలేదు.

వారిరువురి నడుమనున్న అనుకూల్యం, ప్రేమ, ప్రణయాభిలాష, లియో టాల్‌స్టాయ్ హృదయంలో కలిగే గొప్ప గొప్ప ఆదర్శాల నించుమించు పదిహేనేళ్ళ ముందుకు నెట్టేసినాయి. ఈ మధ్యకాలంలో అతడు చేసిన సాహిత్యసేవ, దేశసేవ రెండు పెద్ద పెద్ద నవలలు వ్రాయడమే. ఆ నవలలే కాకుండా దేశపరిస్థితుల్నీ, ప్రజాహృదయంలో కలగవలసిన మార్పుల్నీ సూచిస్తూ అనేక చిన్నచిన్న కథలు వ్రాసి మాస పత్రికలకు పంపుతూవచ్చాడు.

ఎంత కష్టపడి వ్రాసుకున్నా ఏ పుస్తకంమీదా అతనికి పూర్తి సంతృప్తి కలిగేది కాదు. ఆ విషయంలో అసలతనికి సంతృప్తి అనేదే లేదని చెప్పవచ్చు. ఏ కథ వ్రాసినా, ఏ పుస్తకం వ్రాసినా ఏవో నూతనకల్పనలు చేర్చడమో, వర్ణనలు చేర్చడమో జరుగుతూనే ఉండేది. ఏవో క్రొత్తభావాలు, వర్ణనలు, కల్పనాచమత్కారాలు అడుగడుగుకీ అతనిని చుట్టువారుకొనేవి. శుద్ధపత్రి వ్రాసి అచ్చు కిచ్చిన తర్వాత కూడా ఏవో చిన్న మార్పులు చేస్తూనే ఉండేవాడు. అందువలన అతడు ప్రారంభించినప్పటి పుస్తకానికీ, అచ్చుపడి వచ్చిన పుస్తకానికీ అసలు సంబంధమే ఉండేది కాదు.

లియో టాల్‌స్టాయ్ భార్య సోఫియా గ్రంథరచనలో భర్తకి చాలా సహాయం చేసేది. ఎంతో ఓర్పుతో ఎప్పటికప్పుడతని పుస్తకానికి శుద్ధప్రతులు వ్రాస్తుండేది. అతడు వ్రాసిన (War and Peace) 'యుద్ధము – శాంతి' అనే నవలకి శ్రీమతి టాల్‌స్టాయ్ ఏడు సార్లు శుద్ధప్రతులు వ్రాసింది. ఎప్పటికప్పటికి అతడేవో క్రొత్త విషయాలు చేర్చడమో అనవసరం అని తోచిన వాటిని తీసివేయడమో చేస్తుండేవాడు. ఒక్కమాటు వ్రాసిన దానివైపు తిరిగి చూసేడంటే పుస్తక స్వరూపమే మారిపోయేది. మళ్ళా ఆమె శుద్ధప్రతులు

సిద్ధంచేస్తూనే ఉండేది. మగనిమీది ప్రేమ, అతని రచనలమీద గల ఆసక్తి, అభిమానం, సోఫియా కలవుసొలపులు తోచనిచ్చేవి కావు.

1864 లో వ్రాయడం ప్రారంభించిన 'యుద్ధము - శాంతి' 1879 నాటికి ప్రచురణమైనది. ఈ నవల పెక్కు దేశాలలో గొప్ప గొప్ప విమర్శకుల మన్ననల పొందింది.

"ఈ పుస్తకం చదువుతూ ఉంటే ఆ పాత్రలలో మనము ఒకళ్ళమైనట్లు, ఆ కథంతా మన కళ్ళయెదుటే జరుగుతున్నట్లు అనుభవానికి వస్తుంది. కాని "ఏదో చాలా బాగా వ్రాసేడురా, పుస్తకం ! అనిపించదు" అంటూ ఒక ఆంగ్ల విమర్శకుడా గ్రంథాన్ని పొగిడాడు.

"యుద్ధము - శాంతి" తర్వాత "అన్నా కెరినీనా" అతడు వ్రాసిన నవలలలో పెద్దదీ, పేరుపడ్డదీ కూడా. అది అతని నవలల్లో కల్లా అత్యుత్తమం. అన్నా కెరినీనా 1878 లో ప్రచురింపబడ్డంతోడనే అనేక విదేశ భాషలలోనికి పోటాపోటీలతో అనువదించబడి, టాల్‌స్టాయ్‌కి విశ్వవిఖ్యాత మైన కీర్తి తెచ్చింది.

ఈ రోజులలోనే అతని పెద్దన్నగారైన నికోలస్ డిమిట్రీ క్షయవ్యాధిచే తీసుకొని తీసుకొని చచ్చిపోయాడు. టాల్‌స్టాయ్ అతని కెన్నివిధాలో సేవచేశాడు. ఆరోగ్యం కొరకనేక ప్రదేశాలకి తీసుకొని పోయాడు. కాని, అవన్నీ నిష్ఫలములై పోయినాయి. డిమిట్రీ ఈ లోకం విడిచిపోయాడు.

హఠాత్తుగా ఒక్కమాటు ప్రణయతరంగాలలో తేలిపోతున్న టాల్‌స్టాయ్ కళ్ళు అతని పెద్దన్న డిమిట్రీ మరణంతో విప్పారినాయి. పెద్దన్న మీద టాల్‌స్టాయ్‌కి అపరిమితమైన ప్రేమ, భక్తి. అతని మరణం లియో జీవితంలో గొప్ప నైరాశ్యం కలుగజేసింది. అతని మనస్సుని ఐహిక విషయాలనుంచి ఆధ్యాత్మిక విషయాలమీగకి పురిగొల్పింది. మృత్యువంటే ఏమిటి ? మనుష్యుడు దాని నుంచి తప్పుకోవడానికి అవకాశాలున్నాయా ? అనే ఆలోచన కలగజేసింది.

అన్నగారి మరణంతోనే టాల్‌స్టాయ్ మనుష్య జీవితానికి పరమావధి ఏమిటి ? అనే పెద్ద సమస్యలో పడిపోయాడు. అనుభవిస్తున్నవి బాధలైనా, కళ్ళు మూసుకొని సుఖిస్తున్నాను అనుకోవడం అతని తత్వానికి సరిపడింది కాదు. సుఖం ఎందులో ఉంది? జీవిత పరమావధి ఏది ? అనే ప్రశ్నలను గూర్చి ఆలోచించడం ఆరంభించాడు.

జీవిత పరమావధి ఏది ? ధనమా ?

అతని పుస్తకాల మీద వలసినంత ఆదాయం ఉంది. ప్రయత్నించి కాపీరైట్ కూడా రిజిస్టర్ చేయించాడంటే లక్షల కొలదీ కురుస్తుంది. అవి కాకుండా సమారా జిల్లాలో. ఇరవై వేల ఎకరాల భూమి అతని ఆధీనంలో ఉంది. అతడూ పెద్ద పెద్ద

జమీందార్లలో లెక్కే; కాని, ఈ ధనం జీవితపరమావధి కాగలదా ? ఇంతకు నూరు రెట్లు ధనవంతుడైతే మాత్రం మృత్యు భయాన్ని మరిపించే సుఖం కలుగుతుందా ? అసంభవం! అతని దృష్టిలో ధనంవల్ల కలిగే సంతృప్తికంటె మరణంవల్ల కలిగే భయం అధికంగా తోచింది. కనుక అది జీవితానికి పరమావధి కాదని నిశ్చయించినాడు.

పోనీ సంసారసుఖం, సంతానప్రేమా, జీవితానికి పరమావధి కాగలవా ? అనేక మంది గృహస్థులు తమ సంతానం మీదే ప్రాణాలు పెట్టుకొని ఉంటున్నారు. ఆ పిల్లలకి కాస్త ఒడలు వెచ్చబడినా, జలుబు చేసినా ఆ తల్లిదండ్రులు పడే బాధా, ఆరాటం విపరీతం. ఒకవేళ ఆ కుర్రవాడు కాస్తా కాలగతి కెరయైనాడా.....

ఇక్కడ కూడా అతనికి మరణభయమే అడ్డం వచ్చింది. మరణంవల్ల కలిగే భయం ముందు ఈ సంసారసుఖానికి కూడా చోటులేదని అతడు నిశ్చయించాడు.

కాకపోతే, జీవితానికి పరమావధి కీర్తా ?

కీర్తికి మృత్యుభయం లేదు. అతడీవిశాల సాహిత్య ప్రపంచంలో అద్భుతమైన కీర్తి గడించాడు. కాళిదాసు కంటే, షేక్స్పియర్ కంటేనూ కూడా ఎక్కువ కీర్తిపొందితే జీవిత పరమావధి సాధించినట్లు అవుతుందా ? అదికూడా అసంభవమే ! ప్రతీ గ్రంథకర్త రచనలూ, భావాలూ అతని తర్వాత కూడా ఉండవచ్చును. గాని, వాటిక్కూడా అంతం లేకపోలేదు. ఏ వెయ్యేళ్ళనాటి పుస్తకం వంకేనా మనం ఇప్పుడు తొంగి చూస్తున్నామా ? మనం వ్రాస్తున్న భాషమాత్రం నిత్యం మార్పు పొందడం లేదా ? అదీగాక మనుష్యుడు అనుభవించడానికి వీలులేని కీర్తిని పొందడంవల్ల అతనికి వచ్చే లాభం ఏమిటి ? అందుచేత కీర్తి జీవిత లక్ష్యం కాదు – అని అతడు నిశ్చయం చేశాడు.

ఈ విధంగా అంతవరకూ తాను జీవిత లక్ష్యాలుగా తలచిన ధనం, సంసారం, కీర్తి, జీవితానికి గమ్యాలుకావని తెలిపోగానే అతని కంతవరకూ తాను గడిపిన జీవితంమీద అసహ్యం కలిగింది. అందరూ పొగడిన తన పనులూ, గొప్పతనం తెచ్చిపెట్టిన దుష్కార్యాలూ అతని మనస్సు కింతింతనరాని బాధ కలిగించినాయి. వెంటనే లియో టాల్స్టాయ్ తన అసభ్య జీవితం వల్ల తన మనస్సుకు కలిగిన బాధనంతా My Confession అనే గ్రంథంలో ఈ విధంగా వెలిబుచ్చాడు.

"ఆ రోజులు జ్ఞాపకం చేసుకుంటే గుండెలు దడదడ లాడి పోతాయి. నా జీవితంమీద నాకే అసహ్యం కలుగుతుంది. గుండెల్లో బాధ పుడుతుంది. యుద్ధం పేరుచెప్పి వందలకొలదీ హత్యలు చేశాను, చేయించాను. చంపినవాళ్ళకు బహుమతులిస్తానని పందెములు వేశాను; జూదాలాడాను. ప్రశాంతంగా జీవించే దరిద్రప్రజలు సంపాదించుకున్న దంతా త్రాగేశాను. ఎదుటి వాళ్ళని నానాబాధలు పెట్టేను. అవినీతికరంగా

మోసం చేసి బ్రతికినాను. అబద్ధాలు, దొంగతనం మోసం, త్రాగుడు, అత్యాచారం, హత్య, ఒకటేమిటి నే చెయ్యని అపరాధం లేదు. ప్రజలంతా నా ఈ అవగుణాలనే చాలా ఉత్కృష్ట లక్షణాలుగా పరిగణించారు. నా సహోద్యోగులు, నా సమకాలికులు, నా నీతిమత్త్వాన్ని ముక్తకంఠంతో పొగిడారు".

"నా దోషాంగీకారం" వ్రాసాక లియో టాల్‌స్టాయ్ భావాలలో చాలా పరివర్తనం కలిగింది. జమీందారీ మీది ఆదాయం బీద వాళ్ళని దోచుకొనడం అనీ ; యుద్ధం చెయ్యడం యుద్ధానికి ప్రోత్సహించడం హత్యలుగానూ పరిగణించాడు. ఒకళ్ళు కష్టపడి తెచ్చుకున్నది, వాళ్ళ నోరుకొట్టి తాను తినెయ్యడం దొంగతనం గాక మరేమిటి ? లియో టాల్‌స్టాయ్‌ని అన్నిటికన్నా విశేషంగా బాధించింది, ఈ బీదల్ని దోచుకోవడమే. అన్నం కూడా లేకుండా జేసి మాడ్చిచంపడం ప్రత్యక్షంగా హత్యలకంటేనూ భయంకరమైనదని అతడు పరితాపపడ్డాడు. తాను చేసిన ఈ మహాపాపం పోగొట్టుకొనడానికై అతడు యావజ్జీవం ప్రయత్నిస్తూనే ఉన్నాడు.

లియో టాల్‌స్టాయ్ హృదయంలో జీవితానికి పరమావధి ఏమిటో తెలుసుకోవాలనే దుగ్ధ గట్టిగా పట్టుకుంది. అంత వరకూ తాను జీవితానికి లక్ష్యాలు అనుకున్నవి విమర్శిస్తే వట్టి బూటకాలని తేలిపోయినవి. మరి అవి అబద్ధమైతే నిజమైనదేది ?

లియో ఈ సమస్య తీసుకొని వైజ్ఞానికుల వెంటబడ్డాడు. వాళ్ళూ పరిణామసూత్రా లేకరువువేసి మనుష్యుడెల్లా ప్రపంచంలోనికి వచ్చాడో వర్ణించడం ఆరంభించారు. వాళ్ళ వాదంలో ఊహ, అనుమానం కంటే సత్యం అధికంగా ఉంది. కాని, టాల్‌స్టాయ్‌కి కావలసిన దది కాదు. అతని ప్రశ్న ఒకటి, వచ్చిన సమాధానం మరొకటీ. తను జీవించిన ప్రయోజనం ఏమిటంటే మనిషి ఎలా పుట్టాడో ఈ కథంతా ఎత్తుకొచ్చారు, వైజ్ఞానికులు.

వెంటనే అతడు ప్రజలకి ఆదర్శతత్త్వాలు బోధించడమే వృత్తిగా పెట్టుకున్న మతగురువుల దగ్గరకు వెళ్ళాడు.

కాని, చివరికి వైజ్ఞానికులు ఎంత చెప్పగలిగారో ఈ ప్రశ్నకు క్రైస్తవ మతగురువులూ అంతే చెప్పగలిగారు. టాల్‌స్టాయ్ సమస్య మనుష్యుని మానసిక శక్తులన్నీ కేంద్రీకరిస్తే గాని విడివడనిది. మతబోధకులు ప్రయత్నిస్తే దానిని సాధిస్తారు ; కాని, వాళ్ళు కట్టుబడవలసి ఉండిన 38 సూత్రాలూ వాళ్ళకు ఆమాత్రం స్వాతంత్ర్యం కలుగచెయ్యవు. వాళ్ళ, నియమావళిలో ఉన్న "జీవితం – మరణం" అనే అంశాలని గురించి మాత్రమే బోధిస్తారు కాని ఆ నియమాలు దాటి ముందుకు సాగడానికి ఏమాత్రం అధికారం లేదు. కాళ్ళు రెండూ కట్టేసి పరుగెత్త మన్నట్లుంటుంది వాళ్ళ నా నిబంధనల్లో ఉండే ఆలోచించమనడం.

దీనికితోడు మతాధికార్లు ఇతర మతాలమీద చూపించే అసహ్యం, కోపం, శత్రుత్వం, మతసంరక్షణ పేరిట ప్రజల్నీ, ప్రభువుల్నీ యుద్ధానికి ప్రోత్సహించడం, సైనికుల్ని ఆశీర్వదించి యుద్ధాలకి పంపించడం, టాల్‌స్టాయ్‌కి పరమాసహ్యాకరంగా కనిపించాయి. అతడెంత ప్రయత్నించినా వాళ్ళ అభిప్రాయాలతో ఏకీభవించ లేకపోయినాడు. ఏసుక్రీస్తు ప్రేమసందేశం వ్యాపింపచేయడానికీ పరమతదూషణం, అనహనం ఎందుకో బోధపడిందిరాదు.

తన ప్రశ్నకి సమాధానం రాకపోగానే టాల్‌స్టాయ్ ఇంక ఎవ్వరినడిగీ లాభం లేదని నిశ్చయించి ప్రపంచానుభవంచేత జీవితసత్యం గ్రహించాలని తలచాడు. మొట్టమొదట్లో అతనిదృష్టి పట్న వాసపు ప్రజవంక తిరిగింది. పట్టణాలలో ప్రజలనతడు నాలుగు విభాగాలు చేశాడు. ఒకరకం, పశువుల్లా ప్రవర్తించే పడుచుకుర్రాళ్ళు, భోగస్త్రీలు. వాళ్ళ మనస్సు లీమాదిరి ఉత్కృష్టవిషయాల్ని గ్రహించగలంత పక్వస్థితికి రాలేదు. కనుక వాళ్ళనుంచి తాను గ్రహించగలిగేది ఏమీ లేదనుకున్నాడు.

ఇక రెండో రకం, కఠిన విషయాలను ఆలోచించగలవాళ్ళైనా, ఆలోచించడానికి క్షణమైనా తీరికలేని ప్లీడర్లు, వర్తకులు, పత్రికాసంపాదకులు, రాజకీయవేత్తలు, ప్రభుత్వోద్యోగులు మొదలైన వాళ్ళంతా. అందరూ తలో పనిలోను అతుక్కు పోయి నిలవడానికీ, వెనుతిరిగి చూడడానికీ గూడా తీరిక లేకుండా ఉన్నారు. వాళ్ళేదో విధంగా జీవితం గడుపుకోడానికే ప్రయత్నిస్తున్నారు. కాని బ్రతుకుటచే సాధింప వలసిన ప్రయోజనం ఏమిటో ఊహించడంలేదు.

ఇంక మూడోరకం, మనుష్యులలో ఆలోచనగల వాళ్ళు లేకపోలేదు. కాని వాళ్ళెవళ్ళూ స్వబుద్ధిని ఉపయోగించి జీవిత లక్ష్యం ఏదని ఆలోచించలేరు. ఏ పత్రికలో, ఏ కవో, ఏ మతబోధకుడో, ఏ రాజో, ఏ ఉద్యోగో, రాజకీయవేత్తో చెప్పినదాన్ని అనుసరిస్తూ, తమ జీవితాన్ని ఏ దేవాలయానికో - ఏ దేశంకో - ఏ వర్ణంకో - ఏ సంఘంకో ముడిపెట్టుకొని కొట్టు మిట్టాడుతూ ఉంటారు. అన్ని దేశాలోనూ సర్వసమత్వాన్ని అంగీకరించే వ్యక్తులు కూడా తమ దేశం, తమరాజు కోసం ఇతర రాజుల్తో యుద్ధం చెయ్యడం తప్పుకాదనీ, అది అంటే స్వజాతి, స్వదేశాభిమానాలు ప్రతీ మనిషిలోనూ ఉండవలసిన ఉత్తమ లక్షణం అనీ వాదించే వాళ్ళున్నారు. వీళ్ళంతా దేశభక్తీ, రాజభక్తీ లో జీవిత రహస్యాన్ని దాచేశారు. ఆ రెంటినీ దాటిపోయే జీవితరహస్యం వాళ్ళు తెలుసుకోరు. తెలుసుకోవాలని కూడా అనుకోరు.

ఇంక నాలుగో రకం, పైవాళ్ళకన్న అసహ్యంగాతోచారు. వాళ్ళు మనుష్య జీవితంలోని శూన్యత్వాన్ని గ్రహించి మనుష్య జన్మ నిరర్థకంగా నిర్ధారించి "ఋణం

కృత్వా ఘృతం పిబేత్" అన్న న్యాయం చేబట్టిన వాళ్ళు. వీలైనంతలో మనుష్యజీవితంలో దొరకగలంత సౌఖ్యం పిండెయ్యాలనే రకం, ఇది.

వీళ్ళెవళ్ళ వలనా అతని ప్రశ్నకి సమాధానం రాలేదు. చిట్టచివరకి మిక్కిలి నిరాశ పడిపోయి, నీతి, సాహసం గల మనిషికి ప్రపంచంలో బ్రతకడానికి అవకాశం లేదనే నిశ్చయానికి వచ్చాడు.

అతని దృష్టి తర్వాత ప్రశాంత జీవనం నిర్వహించుకొనే పల్లెటూరి ప్రజల మీదికి పోయింది. దరిద్రులై అమాయకులై, పెద్ద పెద్ద పన్నులతో అణచిపెట్టబడి, మారణయంత్రాలు గానూ, దేశానికి తిండీ, గుడ్డా నిర్మించే సాధనాలుగాను ఉన్న బీదవాళ్ళకి జీవితరహస్యం తెలియడ మెట్లాగ ? వాళ్ళు ఆత్మహత్య కెప్పుడూ తలపెట్టరు. బ్రతికియున్నంతకాలం కష్టాలూ, సుఖాలూ, ధైర్యంగా సహిస్తారు. ప్రశాంతమైన మనస్సుతో మరణాన్ని ఎదుర్కొంటారు. ప్రపంచానికంతకూ ముఖ్యంగా కావలసిన తిండీ, గుడ్డా ఉత్పత్తిచేసే ఈ అమాయకపు ప్రజల జీవితంలోనే మతబోధకుల యొక్కా, వైజ్ఞానికుల యొక్కా జీవితాలలో లేని సత్యం, శాంతి ఇమిడి ఉన్నట్లాతనికి తోచింది.

లియో టాల్‌స్టాయ్ వాళ్ళలో తెలివైన వాళ్ళతో మాట్లాడి చూసాడు. వాళ్ళు తమ అభిప్రాయాలు పైకి స్పష్టం చేయలేకపోయినా, వాళ్ళ హృదయాలూ, జీవితం కూడా సత్యానికి సమీపంలోనున్నట్లు గ్రహించాడు.

వారతని ప్రశ్నకి సమాధానంగా "భగవత్సేవ, పరోపకారం" అన్న రెండు విషయాలు సూచించారు. ఆ మాటల్లో కొంతవరకు సత్యం లేకపోలేదని అతనికి తోచింది.

పరోపకారం, అదే జీవితానికి పరమావధి. *అందులోనే సుఖం ఉంది, శాంతి ఉంది. గ్రామీణుల జీవితాలలో ఆ రెండూ ప్రతిఫలించడానికి పరోపకారమే కారణం. టాల్‌స్టాయ్ కీ సమాధానంలో కొంత సంతృప్తి కలిగింది. కాని, ఆ బీదలు చెప్పిన భగవంతు డెవ్వరు ? అతడున్నదీ, లేనిదీ, తెలుసుకొనే ఉపాయం ఏది ? అతనిని తెలుసుకోవలసిన అవసరం ఏమిటి ? ఈ ప్రశ్నలతో టాల్‌స్టాయ్‌కి గుక్కతిరగలేదు.

తత్త్వాన్వేషణము

చివరకు కొందరు స్నేహితులు దేవుడంటే ఎవరో, మనుష్యజీవితానికీ దానికీ వున్న సంబంధం ఏమిటో తెలుసుకోవాలి అంటే ప్రాచ్యదేశాల మతగ్రంథాలు చదవమని సలహా ఇచ్చారు. వెంటనే అతడు మిగుల శ్రద్ధతో బౌద్ధమతము, కన్ఫ్యూషియస్ మతము, మహమ్మదీయ మతమును గురించి తెలుసుకోడానికి ఆయా మత గ్రంథాలు చదవడం ఆరంభించాడు. ఆ పుస్తకాలలో అతని నన్నింటికంటె అధికంగా ఆకర్షించిన విషయం మతప్రవక్తల జీవితాలలో స్పష్టరూపంలో ప్రతిఫలిస్తూన్న సేవావ్రతం.

*శ్లో. అష్టాదశపురాణానాం । సారం సారం సముద్ధృతం । పరోపకారః పుణ్యాయ । పాపాయ పరపీడనం ॥

జీవన – మరణాల సమస్యల్ని గురించి, ప్రపంచాన్ని నడిపిస్తుందనుకుంటున్న ఆ అప్రత్యక్ష శక్తితో ఈ ప్రపంచానికున్న సంబంధాన్ని గురించీ, ప్రాచ్య పాశ్చాత్య మత గ్రంథాలన్నింటిలోనూ సమంగానే చర్చించబడినట్లు తెలుసుకున్నాడతడు. ఆ అప్రత్యక్ష శక్తికి ప్రపంచంతో గల సంబంధాన్ని ఏ హేతువాదాలూ నిరూపించ లేకపోవడం అతడు స్పష్టంగా గ్రహించగలిగాడు. కాని, ఆ సత్యం నిరూపించబడే ప్రయత్నంలో వాటినుండి వేరుచెయ్యడానికి కూడా వీలులేనంత జటిలంగా అబద్ధాలూ, మూఢవిశ్వాసాలూ, నమ్మజాలని కథలూ అల్లి వేయబడ్డాయి.

అతడు ఆ మతగ్రంథాలన్నీ వాక్యవాక్య విమర్శగా చదివి, వాటిలో స్పష్టంగా, సుబోధకంగా, మనుష్య జీవితానుభవాల కన్ని విధాలా సరిపడి, హేతువాదానికి అపురూపంగా ఉన్న సత్యాంశాలు గుర్తులు పెట్టుకుంటూ పూర్తిచేశాడు. ఆ విధంగా ఒక్కమాటు చదవడం కాకుండా ఎన్నో మార్లు చదివి, సత్యాంశాలన్నీ క్రోడీకరించాడు.

కాని, అప్పటికీ ఆ గ్రంథాలలో చాలా భాగం అబోధంగానే ఉండిపోయింది. ఆ మిగిలిపోయిన భాగాలన్నీ అనేక విధాలైన మూఢవిశ్వాసాలతోనూ, అపభ్రంశపు కథలతోనూ నిండి ఉన్నాయి. క్రీస్తు నీటిమీద నడవడం, మహమ్మదు ప్రేతం నిరాధారంగా ఆకాశంలో నిలబడడం, శుద్ధోదనుని భార్య గర్భంలో జ్యోతిర్మూర్తి ప్రవేశించడం మొదలైన తెలియని సంగతులతో నిండియున్న ఆ భాగాలతని సత్యాన్వేషణకు అభ్యంతరాలు కాలేదు.

మత గ్రంథాలన్నీ ఏకీభవించిన అయిదు విషయాలు టాల్‌స్టాయ్ ఏరి, వాటిని గూర్చి పూర్తిగా విమర్శించాడు.

వాటిలో మొదటిది – "కోపాన్ని చంపుకోవాలి" అన్నది.

శ్లో. క్రోధోమూల మనర్థానాం। క్రోధః సంసారబంధనం।
ధర్మక్షయకరః క్రోధః। తస్మాత్ క్రోధం విసర్జయేత్ ॥

చాలా మంది ప్రజలు కోపం చంపుకోవడం ఎందుకని అడుగుతుంటారు. ఏ పరిస్థితుల్లోనూ కోపం మనిషికి సాయం చెయ్యడానికి బదులు ఎక్కువ హాని కలిగిస్తుంది. అది ప్రతీ మనిషికీ నిత్యం ప్రత్యక్షమయే అనుభవం.

రెండోది – "కాముకుడు కాకూడదు" అన్నది.

శ్లో. కామః సర్వాత్మనా హేయః। సచేద్ధాతుం నశక్యతే।
స్వభార్యాం ప్రతి కర్తవ్యః। సైవ తస్యహి భేషజం ॥

కామంవల్ల ప్రతీ వ్యక్తికీ, ప్రతీ సమాజానికీ కలుగుతున్న నష్టకష్టాలు ప్రతీ మనిషీ ఎరుగును. సమాజంలో జరిగే దుష్కృత్యాలకి మూడువంతులు కామమే కారణం. కాని, కామం అన్నది జీవసహజం. ప్రకృతిని అతిక్రమించడం ఎవ్వరికీ అసంభవమే. కనుక ప్రతీ మనిషీ ఎంత తక్కువతో తృప్తిపడితే అంత ఉత్తమం.

మూడోది, – కామం విషయంలో "ఏ విషయాన్ని గురించీ మాట ఇవ్వవద్దు" అనేది.

శ్లో. సత్యం బ్రూయా త్ప్రియం బ్రూయాత్
న బ్రూయా త్సత్యమప్రియం
ప్రియం చ నానృతం బ్రూయాత్
ఏష ధర్మ స్సనాతనః ॥

మనం ఏ ప్రభువుకో, ఏ వ్యక్తికో మాట ఇస్తా మనుకోండి. ఆ చేసిన ప్రతిజ్ఞ తాత్కాలికంగా బాధాకరం కాకపోవచ్చు. కాని, తర్వాత తర్వాత ఆ వ్యక్తి మన ప్రతిజ్ఞ జ్ఞాపకం చేస్తూ మనకు ఇష్టంలేని పనులు పురమాయించవచ్చు. అప్పుడేం చెయ్యాలి ? మన ప్రతిజ్ఞలను అతిక్రమించడమా ? లేకపోతే మనకు ఇష్టం లేకపోయినా మన అయిష్టాన్ని చంపుకొని, ఆ పనికి ఒడికట్ట వలసిందేనా ? ఇలాంటి ద్వైవిధ్యంతో ముందు ముందు బాధ పడడం కంటే మొదట్లో మాట ఇవ్వకుండటం ఉత్తమం కాదూ ?

నాలుగోది – అపకారిక్కూడా అపకారం చెయ్యకూడదు.

శ్లో. శ్రూయతాం ధర్మసర్వస్వం । శ్రుత్వాచాప్యవధార్యతాం ।
ఆత్మనః ప్రతికూలాని । పరేషాం న సమాచరేత్ ॥

ఐదోది – శత్రువును కూడా ప్రేమించడం నేర్చుకోవాలి.

వాస్తవాని కీ రెండింటి అభిప్రాయం ఒక్కటేయైనా వాటిలో మొదటి దానికన్న రెండవ దాంట్లో ఆధిక్యం స్పష్టం. మొదటిది శాంతాన్ని బోధిస్తుంది. రెండోది ఆ శాంతానికి మెరుగు పెట్టే ప్రేమని బోధిస్తుంది.

ప్రపంచంలో హెచ్చు తగ్గులు లేవు. ప్రతి జంతువులో ప్రతి మనుష్యునిలో, ప్రతి వస్తువులో ప్రకటితం అవుతున్న శక్తి ఒక్కటే. ఒకళ్ళకి బాధాకరమైన పని అందరికీ బాధాకరంగానే ఉంటుంది. అందుచేతనే,

కం. ఒరులేయవి యొనరించిన
నరవర ! అప్రియము తన మనంబునకగు తా
నొరులకవి సేయకునికియె
పరాయణము పరమధర్మ పథముల కెల్లన్.

శ్లో. అక్రోధేన జయేత్క్రోధం । అసాధుం సాధునా జయేత్ ।
జయేత్కదర్యం దానేన । జయే త్సత్యేన చానృతం ॥
అన్న ధర్మసూక్ష్మం మరచిపోకూడదు.

లియో టాల్స్టాయ్, క్రైస్తవ – బౌద్ధ – కన్ఫ్యూషియస్ – మహమ్మదీయ మత గ్రంథాల నుంచి గ్రహించిన సత్యధర్మాల్ని గురించి సంపూర్ణ వివరంతో 'చాతుర్దర్శన

సమన్వయ దీపిక' (The Four Gospels hormonised and translated) అనే పుస్తకం వ్రాసి 1882 లో ప్రకటించాడు.

సామాన్యంగా వేదాంతులు అందరిలాగా చిలక పలుకులు పలుకుతూ, శుష్కప్రియాలతో కాలక్షేపం చెయ్యక, టాల్‌స్టాయ్ తాను గ్రహించిన సత్యవిషయాలు ఆచరణలో పెట్టసాగాడు.

ఒకళ్ళకు ఉపకారం చెయ్యడమే జీవిత పరమావధియైనప్పుడు మనకు అవసరం లేనంత ఆస్తి పోగేసుక్కూర్చోడం తప్పు.

అనేక మంది ప్రజలన్నములేక మాడిపోతూంటే మనం మృష్టాన్నాలు తినడం నీచమైన పని. అంతకంటే శరీరారోగ్యం రక్షించగల సాధారణ భోజనం చేయడం ఉత్తమం.

మంచి విలువైన బట్టలు కట్టుకొని సామాన్య ప్రజలకంటె భిన్నంగా ఉండడం కంటే, వేషభాషలలో సోదర ప్రజలతో కలసి ఉండడం అవసరం.

శ్రమలేనిదీ, ఆదాయం అధికంగా ఉన్నదీనైన పని మనం తీసుకొని, అసహ్యం. బాధ కలిగించే పనుల్ని దరిద్రులు, దుర్బలులు, దురదృష్టవంతులు అయిన వాళ్ళ పరం చెయ్యడం కంటె అన్యాయం వేరొకటి లేదు. ప్రతీ పనీ ఉచ్చనీచ భేదం లేకుండా సోదర ప్రజలతో సమంగా మనంకూడా చేసితీరాలి.

ఈ విధంగా తానింక చేయవలసిన విధానం నిర్ణయించుకోగానే లియో టాల్‌స్టాయ్ తన అభిప్రాయాలు ఆచరణలో పెట్టేశాడు.

భోజన విధానం పూర్తిగా మార్చేశాడు. అధికంగా ఖర్చయే మాంస భోజనం విడిచిపెట్టేసి, అతిచౌకలో సమకూడే శాకాహారం ఆరంభించాడు. సారా, పొగాకు మొదలైన మత్తువస్తువులు వదిలేశాడు. వేషంకూడా మార్చేసి సాధారణమైన బట్టలు కట్టుకోవడం ఆరంభించాడు. గృహకృత్యాలలో భార్యకి తోడుపడేవాడు. నీళ్ళు తీసుకురావడం, పుల్లలు కొట్టడం మొదలైన బరువుపనులన్నీ ఒళ్ళువంచి చేసేవాడు. చెప్పులు కుట్టడం నేర్చుకొని తనకు కావలసిన జోళ్ళు తానే తయారు చేసుకునేవాడు, పల్లె ప్రజలతోనూ, వ్యావసాయికులతోనూ కలసిమెలసి ఉండడాని కుత్సహించేవాడు. పల్లెటూరి ప్రజల మాదిరిగా ఒక సంచి భుజాన వేసుకొని దానిలో ప్రజలకి ముఖ్యంగా అవసరపడే సామాను తీసుకొని కాలినడకను దేశంలో సంచారం చేస్తూ బీదలలో పంచి పెట్టుతుండేవాడు.

ఈ విధంగా శరీరకష్టం చేస్తున్నా అతడు వెనకటి కంటే అధికంగా సాహిత్యసేవ చేయగలిగాడు. అతని జీవిత లక్ష్యం మారగానే అతని రచనల ఉద్దేశాలు కూడా మారిపోయినాయి. అతని రచనలిప్పుడు కేవలం మనోవినోదం కోసం వ్రాయబడటం లేదు. మనుష్యజాతికి జీవితపరమావధీ, సత్యధర్మాలూ తెలియపరుస్తూ వాళ్ళ జీవితంలో

సుఖశాంతులు కలగజేయడం వాటి ఉద్దేశ్యం. ఆ ఉత్సాహములో అతడనేక చిన్న కథలు, నవలలు, నాటకాలు, వ్యాసాలు, ఉత్తరాలు ప్రచురించి, ప్రజలకు ఆదర్శజీవనం అనుభవానికి తీసుకురావడానికి ప్రయత్నించసాగాడు.

లియో టాల్‌స్టాయ్ జీవితంలో ఈ పరివర్తనం నడుస్తున్న రోజులలోనే రష్యా రాజకీయరంగంలో గొప్ప మార్పు కలిగింది. కొన్నేళ్ళనుంచి ప్రజలకీ, జమీందార్లకీ నడుమ రేగుతున్న ద్వేషజ్వాలలు తీవ్రరూపం ధరించినాయి. సంస్కరణలు తీసుకురావడానికి ప్రయత్నించిన రెండవ నికోలస్ ఆ ద్వేష ఫలితంగా 1881 మార్చి 13 వ తేదీని హత్యాకారుల చేతులలో పడిపోయాడు.

అతని వెనుకనే సింహాసనం ఎక్కిన మూడవ నికోలస్ జార్ వెంటనే దేశంలో నిర్బంధ శాసనాలు ప్రకటించి, ఆ హత్యతో సంబంధం ఉంటుందని అనుమానం కలవారినల్లా జైలులో పెట్టేశాడు. సైనిక న్యాయస్థానాలలో వెంటనే విచారణ జరిపించేసి, హత్యతో సంబంధం ఉన్న వాళ్ళందరికీ నిర్దయగా ఉరిశిక్షలు వేసి, హత్యాకారులతో సంబంధం ఉన్న వాళ్ళకి దేశాంతర వాసశిక్షలు, యావజ్జీవ నిర్బంధశిక్షలూ విధించాడు. నికోలస్ తీసుకున్న ఈ తీవ్రచర్యలకి అదివరకు జమీందారీ కక్షవారి దుర్ణయానికీ, క్రౌర్యానికీ గగ్గోలు పడిపోయిన ప్రజలంతా సంతోషించారు. కాని టాల్‌స్టాయ్ అభిప్రాయం ప్రజాభిప్రాయానికీ, ప్రభుత్వ నిర్ణయాలకీ కూడా కేవలం వ్యతిరేకం. "కన్నుకి కన్ను - పన్నుకి పన్ను" అనే ఈ నీతి మానవత్వానికి లక్ష్యం కాదని అతని దృఢనిశ్చయం. కావున శిక్షలు విధించబడిన వెంటనే లియో టాల్‌స్టాయ్ ఆ శిక్షలవలన తనకు గలిగిన హృదయ వేదననంతా తెలియపరుస్తూ మూడవ నికోలస్ కొక పెద్ద జాబు వ్రాసాడు.

మొదటి నికోలస్ దారుణశాసనాలు ప్రజలను తృప్తి పరచలేకపోయినవి. రెండవ నికొలస్ జార్ యొక్క నిర్బంధంతో కూడిన ఉదార సంస్కారాభిప్రాయాలు కూడా ప్రజల నందరినీ సంతుష్టి పరచలేకపోయినయి. ఆ రెండుమార్గాలూ విఫలం అయిపోయినప్పుడు మళ్ళీ ఆ మార్గమే అవలంబించి, ఆ తప్పే చేయడం ఎందుకు ? "అక్రోధేన జయేత్ క్రోధం" అనే సనాతన నీతి నిప్పుడవలంబించి యీ హంతకుల్ని క్షమించి విడిచివేస్తే వాళ్ళు చేసిన పనికి వాళ్ళే సిగ్గుపడి సన్మార్గం గ్రహించగలరని టాల్‌స్టాయి రష్యా చక్రవర్తికి లేఖ వ్రాసినాడు. కాని ప్రభుత్వం అతని కెట్టి సమాధానం ఇవ్వలేదు. శిక్షలవిషయంలో అభిప్రాయం మార్చుకోనూ లేదు.

హంతకులురిదీయబడ్డారు, నిర్ణీతకాలంలో. వారి అనుయాయులు పెద్ద పెద్ద శిక్షలతో నేలను రాసెయ్యబడ్డారు.

లియో టాల్‌స్టాయి మనస్సుకు న్యాయంపేరున జరిగిన ఈ హత్యలు చాలబాధ కలుగచేసినాయి. 'ప్రాణానికి ప్రాణం' అనే నీతియొక్క నగ్నస్వరూపాన్ని బ్రతికి

ఉన్నంతకాలం, వ్రాసిన ప్రతీపుస్తకంలోనూ, చెప్పిన ప్రతీమాటలోనూ వ్యక్తం చేస్తూనే ఉండేవాడు. మనుష్యుడు చేసే దుష్కృత్యాలలో దీనిని మించినది లేదని టాల్‌స్టాయి అభిప్రాయం.

ఏది సత్యం ? ఏది శాశ్వతం ?

ఆ యేడాది లియో టాల్‌స్టాయి మాస్కోనగరంలో కొద్దిరోజులు గడపడానికి వెళ్ళేడు. అచ్చటి ప్రజల్నీ - వారి స్థితిగతుల్నీ జాగ్రత్తగా చూసేటప్పటి కాతని గుండె నీరైపోయింది. పూర్వంకూడా అతడు మాస్కో చూసేడు. కాని, నాడు కలగని బాధ, ఆవేదన నేడెందుచేతనో అతని హృదయంలో కలిగినాయి. పల్లెటూళ్ళ కంటె సౌఖ్యకరాలనుకున్న పట్టణాల్లోకూడా బాధపడు ప్రజలున్నారని అతనికి తెలియగానే మనస్సు చివుక్కుమంది.

దానికి కారణం మాస్కో నగరంలోని మార్పు కాదు. మాస్కో అన్ని పట్టణాలలాగే, ఎప్పుడూ వున్నట్లే వుంది. కాని టాల్‌స్టాయి భావాలలో నాటికీ, నేటికీ చాలా భేదం ఉంది. ఆ భావాలతో ఆతని దృష్టికూడా మారింది. వెనుక బీదవాళ్ళ మీద జాలిపడేవాడు. కాని ఆ జాలి జాలికాదు. వారి దారిద్ర్యం మీద సానుభూతి అది. కాని నేడు అతని ప్రతీ రోమకూపం, బీదవాళ్ళు తనబోటి ధనికుల చేత మోసగించబడి బాధపడుతున్నారనే విచారంతో దగ్ధమైపోతూంది. దివ్యభవనాలలో, దివ్యభోగాలనుభవిస్తున్న ప్రజల ప్రక్కనే కొంపమీద ఆకులేనా లేక, తిండికీ, బట్టకీ కరువై చిక్కి శల్యాలైయున్న ప్రజల్ని చూడగానే, జరుగుతూన్న మోసం, దొంగతనం కళ్ళ ఎదుట కట్టినట్లై అతని హృదయానికి బాధ కలిగిస్తూంది. ఇప్పుడాతని దృష్టిలో శాఖాభేదాలు, మతభేదాలు, దేశభేదాలు ప్రజలలో విభేదం కలగచెయ్యడం లేదు. ఆతని అభిప్రాయంలో ప్రజలంతా రెండే రకాలుగా ఉన్నారు. ఒక రకం కూలీలు, వాళ్ళు జీవితంలోని ప్రతిఘడియా నిర్జీవయంత్రాల మాదిరిగా చెమటోడ్చి పనిచేస్తారు. యజమానులు పెట్టే బాధలు-తిట్లు-దెబ్బలు సహించి, మనుష్యుడి కావశ్యకమైన వస్తువులన్నీ ఉత్పత్తి చేస్తారు. కాని రక్తం ఓడ్చి పనిచేసినా వాళ్ళకు అన్నం లేదు. రాత్రిం బగళ్ళు చాకిరీ చేసినా ఒంటినిండా బట్టలేదు; ఇల్లూ లేదు; వాకిలీ లేదు, ప్రపంచాని కంతటికీ ఉపకరిస్తూన్న ఈ సజీవయంత్రాలకేసి చూసేవాళ్ళుగాని, వాళ్ళ లోపాలు భర్తీ చేసేవాళ్ళుగానీ లేరు.

ఇంక రెండోరకం, కూలీల సంపాదన నంతా పీల్చి బ్రతికే బదనికలు. శ్రమజీవుల రక్తంతో బ్రతికే నల్లిజాతి మనుష్యులు. పని చెయ్యడం ఏనాడూఎరక్కపోయినా వాళ్ళకి మృష్టాన్నానికి లోపంలేదు. నివాసం ఇనుప పెట్టెలవంటి గట్టియిళ్ళల్లో . కాళ్ళు మెత్తని తివాసీలమీద గాని ఉంచరా ఆగర్భశ్రీమంతులు. వట్టి సోమరిపోతులు. ఆ బీదవాళ్ళు

తెచ్చి ఇచ్చే దానినంతా జూదాలకి, త్రాగుడికి, వేశ్యలకి వెచ్చబెట్టేసి, ఇంకా తెమ్మని బీదల పీకలమీద కూర్చుంటారు. బీదల్ని కొట్టడం, తిట్టడం జన్మతః తమబోటివాళ్ళకి కలిగిన హక్కని తలచే రకం. కాని తమరు చేస్తూన్న మోసం వాళ్ళకి తెలియకపోలేదు. ఎప్పుడో తమ మోసం ప్రజలకి తెలియకపోదని, నాటి కాపుదలకై దేవుడు-స్వర్గం-అదృష్టం జన్మాంతరం మొదలైన అదృశ్యములైన డాళ్ళు చోటు చేసుకొని, ప్రజల్ని మోసగించి ఆత్మరక్షణ చేసుకుంటూన్నారు.

ధనవంతులు చేసే అత్యాచారాలను, వాటివల్ల బాధలు పడుతూన్న ప్రజల్నీ చూచి టాల్‌స్టాయి చాలా వ్యధచెందాడు. బీదవాళ్ళ స్థితిగతులు వివరంగా తెలుసుకోవాలని కోరాడు. వాళ్ళతో నిత్యము మాటలాడ సాగాడు. వాళ్ళు నివసించే వీధుల్లో తిరుగుతూ వాళ్ళ స్థితిగతులు కనిపెడుతూ వచ్చాడు.

సరిగ్గా ఆ సమయంలోనే మాస్కోనగరంలో జనాభా లెక్కలు తీసుకొనేటందుకు ఏర్పాట్లు జరుగుతున్నాయి. బీదవాళ్ళున్న భాగాలలో లెక్కలు తీసుకోనే అవకాశం పొందుతే తన పని చాల సులభం కాగలదని టాల్‌స్టాయి నిశ్చయం చేసుకొని, ప్రభుత్వానికి ప్రార్థనాపత్రం పంపాడు.

లియో టాల్‌స్టాయి మాస్కోలో బీదవాళ్ళుండే భాగంలో జనాభా తీసుకొనే ఉద్యోగిగా ప్రభుత్వంచేత నియమించబడ్డాడు. అతడు తన పని నత్యుత్సాహంతో, పూనికతో నిర్వహించసాగాడు. ప్రతీ గల్లీ, ప్రతీ ఇల్లూ తిరిగి తిరిగి ప్రజల స్థితిగతులు పరిశీలించి వాళ్ళు పడే అవస్థలు స్పష్టంగా తెలుసుకున్నాడు.

ఐశ్వర్యం, ఆనందం, సుఖం ఓలలాడుతున్న రాజభవనాల నీడలలో దారిద్ర్యం, దుఃఖం, బాధ తాండవించి పోతూన్నాయి. అక్కడి ప్రజలు తిండికి లేక ఆకలికి నకనక లాడిపోతూన్నారు. రోగాలకి కృశించి పోతూన్నారు. బాధలకి తల్లడిల్లి పోతూన్నారు. వాళ్ల ఆకలి చల్లార్చేందుకు ధనవంతులు ప్రయత్నం చేయరు. రోగాలకి విరుగుడు లాలోచించరు. బాధలు తగ్గించడానికి బదులు క్షణం క్షణం వాళ్ళని నొక్కి వేయడానికే ప్రయత్నిస్తుంటారు.

దీని కంతకీ మూలకందం ఏది? సోదర మానవులు తిండి లేక, రోగాలచేత కృశించి పోతూంటే ప్రక్కవాళ్ళు మానవత్వాన్ని చంపుకొని చూస్తూ ఊరకుండటానికి అవకాశం కల్పించిన దేది ? దరిద్రులు తమలో తాము సహాయం చేసుకుంటారు. బాధలలో పరస్పరం సానుభూతి చూపించుకుంటారు. కాని ధనికుడా ప్రాంతాలకే తొంగి చూడడు. తనదగ్గర చాకిరీ చేస్తున్న సేవకుడు మాడిపోతున్నా ధనికుడు సంబంధం పెట్టుకోడు. రోగం వచ్చి పడిపోయినా నాగాలు మానడు. సేవకుల ఆత్మ గౌరవం పొగరుబోతుతనంగా

నిర్ణయిస్తాడు. ఈ విధంగా దరిద్రుని లక్షణాలతో, మానసిక వ్యవస్థలతో పూర్ణంగా వ్యతిరేకించే ధనికుడి దేహనిర్మాణానికీ, దరిద్రుని దేహనిర్మాణానికీ తేడా ఉందా? లేదు! కాని జ్ఞానేంద్రియాలు సమానంగా పనిచేయక పోవడానికీ, అభిరుచులు, అభిప్రాయాలు, పూర్ణంగా భేదించడానికి కారణం ఏమిటి ?

లియో టాల్‌స్టాయ్ మనుష్యుల భావాలలో కలిగే హెచ్చుతగ్గులకి కారణం ధనం- అని నిశ్చయించాడు.

సమాజంలో జరుగుతున్న దురంతాలకీ, మనుష్యులలో వ్యాపిస్తున్న దుర్గుణాలకీ కారణం ఒక్కటే ! అదే ధనం. అది మినహాయిస్తే ప్రపంచం అంతా ఒక్కటే. అందరి అభిరుచులు, అభిప్రాయాలు ఒక్కటే. ధనం అనేది మనుష్యుని సద్గుణాలను అణచి పెట్టేటందుకు మంచి ఉపాయం. ధనం కనబడే టప్పటికి స్నేహం, బాంధవ్యం, మంచితనం, ఉదారాశయాలు, సర్వం - వెనక పడతాయి. ధనం మనుష్యుణ్ణి పశువు కంటేనూ నీచతరంగా తయారు చేస్తుంది.

మాస్కో నగరంలో ప్రత్యక్షమైన అనుభవాలాతని మనస్సు మీద బాగా అంకితాలై పోయినాయి. వాళ్ళ బాధలు చూడటంచేత కలిగిన పరితాపం అంతా అక్షర రూపంలోకి తెచ్చి 1885 లో 'ఏమి చెయ్యాలి' (What to do ?) అనే పుస్తకం వ్రాసి ప్రచురించాడు. ఇందులో దరిద్రుల అవస్థలన్నీ కళ్ళకు కట్టినట్లు వర్ణించి వర్ణించి, ధనం - దానికంటే, సమాజ నిబంధనలు ప్రపంచాని కత్యంత అపకారం చేస్తూన్నట్లు నిర్ణయించాడు. ధనం కారణంగా ఏర్పడ్డ సమాజ నిబంధనలు - ధనం కంటేనూ అధిక బాధాకరంగా పరిణమిస్తున్నాయని తేల్చాడు. ఆ సమాజ నిబంధనలు మారితే గాని ప్రపంచం బాగుపడటానికి అవకాశం లేదన్నాడు. బీదవాళ్ళను ఉద్ధరించడానికే మనిషి ఎంతెంత డబ్బిచ్చినా వినియోగం లేదు. ప్రపంచంలో ఉన్న బంగారం అంతా పంచిపెట్టినా సమాజ నిబంధనలు మారకపోతే ఉపయోగం లేదన్నాడు. బీదలు పడుతున్న కష్టాలకీ, బాధలకీ, కారణం కార్యభారం జనులందరికి సమానంగా వినిమయం చేయకపోవడమే ! ప్రస్తుతం ఉన్న సమాజ నిబంధనలు, ధనం - తేలికైన పనీ ఒకమూల, దారిద్ర్యం - కార్యభారం నేరొకమూల ఉంచి ప్రజల్ని బాధిస్తున్నాయి. కనక ఈ పరిస్థితులలో ప్రజలు చేయవలసిందొక్కటే.

"మనం అంతా గతానికి పశ్చాత్తాపం పొందాలి, హృదయ పూర్వకంగా, బీదవాళ్ళకి మన ఖజానాలో నుంచి ఒక్క పైసా వ్యయం చేయకపోయినా, వాళ్ళ భుజాలమీదున్న కార్యభారం కొంత మనం కూడా తీసుకోవడం అవసరం. వాళ్ళ కష్టాలలో పాలు తీసుకోవడం ముఖ్యం".

అని టాల్‌స్టాయ్ తన గ్రంథం చివర మనుష్య కర్తవ్యం నిర్దేశించాడు. వెంటనే తానా విధంగా చెయ్యడం మొదలు పెట్టేడు.

ఈ మధ్య కాలంలో కూడా టాల్‌స్టాయ్ మతగ్రంథాలను తిరిగి తిరిగి విమర్శిస్తూనే ఉన్నాడు. ఎప్పటి కప్పుడు తన అభిప్రాయాలన్నీ పుస్తకరూపంలో ప్రపంచానికి ప్రదర్శిస్తూనే ఉన్నాడు.

1883 లో The Gospel in brief ('సువార్తసారము') అనే పుస్తకం వ్రాసాడు. 1884 లో Oh My Religion లేక What I belive ('నా మతం') అనే పుస్తకం, The Christian Teaching ('క్రైస్తవ బోధ'), అనే పుస్తకం ప్రచురించ బడ్డాయి. వీటిలో "క్రైస్తవ బోధ" అసంపూర్ణంగానే ప్రచురింపబడింది. టాల్‌స్టాయ్ తర్వాత దానిని పూర్తి చేయడాని కొకటి రెండు మార్లు ప్రయత్నించాడు గాని ఇతర గ్రంథాలు వ్రాయవలసిన తొందరలో దానిని ముగించలేక పోయాడు.

ఈ పుస్తకాలన్నిటిలో అతడు తెలిపిన ప్రధానాభిప్రాయాలు ఒక్కటే; కాని ఒక్కొక్క పుస్తకంలో ఒక్కొక్క విషయానికి ప్రాధాన్యం ఇచ్చాడు.

తరువాత 1885 లో What to do ? ('ఏం చెయ్యాలి?') అనే పుస్తకం ప్రకటించబడింది. అందులో అతడు 'ప్రేమ సత్యం ధ్రువం; ప్రతీకారం అశాశ్వతం' అనే అభిప్రాయానికి ప్రాధాన్యం ఇచ్చాడు. "ప్రతీ మనుష్యునిలోనూ పశుత్వం - మానవత్వం ఒకదానికి ఒకటి ఒరసి ఉంటాయి. దానిలో పశుత్వం మనుష్యుని ఇంద్రియాలకి తాత్కాలిక సుఖం, సంతృప్తీ చూపించి చులాగ్గా లొంగతీసుకుంటుంది. కాని, మనుష్యుని జీవితపరమావధి పశుత్వంతో పరిసమాప్తం పొందేది కాదు. మన జీవితాన్ని దుష్టమార్గాన్నుంచి, పశుమార్గాన్నుంచి మానవత్వంలోకి పరిణతి కలుగచేసుకొనడమే పునర్జన్మ అంటే. మన కళ్ళకి ధ్రువసత్యాలుగా కనిపిస్తున్న వన్నీ విమర్శించిన మీద నాశం పొందేవే అని గ్రహించగలం. వాటినే నమ్మితే మనం తప్పకుండా మోసగించ బడ్డట్లే. మన దృష్టికోణాన్ని నశ్వరసుఖం నుంచి శాశ్వతమైన వస్తువు మీదకి మార్చుకోవాలి. ఈ ప్రపంచంలో మనం అంతా శాశ్వతం, సుఖదాయకం అనుకుంటున్న ప్రతీకారవాంఛ నశ్వరం. అది మనుష్యునిలోని పశుత్వానికి నిదర్శనం. ప్రేమ ఒక్కటే శాశ్వతం. అదే మానవునిలోని మానవత్వానికి నిదర్శనం".

టాల్‌స్టాయ్ జీవితాంతందాకా తానునమ్మిన ఈ సత్యాన్నే అనుసరించి, ప్రపంచానికి మార్గదర్శియైనాడు.

తరువాత అతడు1887 లో (On life) 'జీవితం మీద' అనే గ్రంథం వ్రాసి ప్రచురించాడు.

1889 లో ప్రపంచానికంతకీ టాల్‌స్టాయ్ భావాలమీద విపరీతాభిప్రాయాలు కలగచేసిన 'క్రూడ్జర్ సొనాటా' (Kreutzer Sonata) ప్రచురించబడింది. దాంపత్య ధర్మాలనీ, స్త్రీ పురుష సంబంధాన్నీ గురించి వ్రాయబడిన ఆ గ్రంథం. విద్వత్ప్రపంచంలో చాలా గందరగోళం కలిగించింది. అతడు తనకు ఆ విషయంమీద గల అభిప్రాయాలన్నీ, అసూయచేత భార్యను చంపేసిన ఒక వ్యక్తినోట పలికించడంలో కలిగిన మెతకదనం, అతని అభిప్రాయాలకి పూర్ణంగా మారు అర్థం కలిగించింది. విద్వల్లోకంలో తన అభిప్రాయాలకి విపరీత వ్యాఖ్యలు బయలు దేరగానే టాల్‌స్టాయ్ తానా పుస్తకం వ్రాయడంలో గల ఉద్దేశ్యం వివరిస్తూ "పశ్చాత్కథనం" అనే వ్యాసం వ్రాసి ప్రచురించాడు."క్రూడ్జర్ సొనాటా" ఆ "పశ్చాత్కథనం" తో కలిపి చదివితేనే సరిగ్గా బోధపడుతుంది. లేకపోతే స్త్రీ పురుష సంబంధాన్ని గురించిన టాల్‌స్టాయ్ భావాలు అగోచరంగానే ఉండిపోతాయి.

ప్రభుత్వ నిర్బంధాలు

రష్యా ప్రభుత్వం కూడా టాల్‌స్టాయ్ విధానాలను మొదట్నుంచి సందేహ దృష్టితోటే చూస్తోంది. అతని పుస్తకాలు ముద్రించడానికీ, ప్రచురించడానికీ ప్రభుత్వం నిషేధాలు విధించింది. నిషిద్ధభాగాలు పేరు చెప్పి అతని పుస్తకాలకి పుస్తకాలే నిషేధించారు. వ్రాసిన టాల్‌స్టాయ్ కే విధమైన నిషేధం, నిర్బంధం లేకపోయినా అతని పుస్తకాలు, పుస్తకాలు కలవాళ్లు, అమ్మే వాళ్ళూ కఠినశిక్షల పాలుచెయ్యబడసాగారు. ప్రభుత్వం తీసుకున్న ఈ కఠిన చర్యలవలన రష్యా దేశంలో మాత్రం లియో టాల్‌స్టాయ్ పుస్తకాలకి వ్యాప్తి కలగలేదు. కాని ఇంగ్లీష్, ఫ్రెంచ్, జర్మన్, స్విస్ మొదలైన విదేశ భాషలలోకి అతని మూలగ్రంథాలకు అనేక అనువాదాలు వ్రాయబడి విశేషమైన వ్యాపకం చెందినాయి. జర్మనీ భాషలో అతని గ్రంథాలన్నీ పదేసి ముద్రణలకి పైగా ముద్రించబడ్డాయి. ఆంగ్ల భాషలో అతని గ్రంథాలకి కలిగిన వ్యాప్తి మరే గ్రంథాలకీ లేదు. ఒక్క రష్యా మినహాగా మిగిలిన ప్రపంచం అంతా టాల్‌స్టాయ్‌మీద అతని గ్రంథాల ద్వారా భక్తి కుదుర్చుకుంది. రష్యా అతని ఆదర్శ జీవితం చూచి అతనిమీద భక్తి కుదుర్చుకుంది. అతని పుస్తకాల వెనుకనే అతని జీవిత చరిత్ర కూడా దేశాలన్నింటనూ ప్రచురించబడింది. దానితో టాల్‌స్టాయ్ ప్రపంచానికొక దివ్య పురుషుడుగా తోచాడు. వివిధ దేశాలనుంచి ఎందరో ఆ మహా పురుషుని ప్రత్యక్షంగా చూచి ధన్యులు కావడానికి రష్యాకు వచ్చి పోసాగారు. ప్రపంచానికి రష్యా తీర్థక్షేత్రం ఐనది.

జార్ మూడవ నికోలస్ కూడా లియో టాల్‌స్టాయ్ విదేశాలలోనేమి, స్వదేశంలోనేమి పొందుతున్న గౌరవం, పలుకుబడి చూచేటప్పటికి చలించిపోయాడు.

సైన్యాలతో తన మీద కెత్తివచ్చిన శత్రువుకంటే నిరాయుధుడై ఉన్న టాల్‌స్టాయే ఎక్కువ భయంకరుడని అతడు బెదిరిపోయినాడు ! కాని, ఎంత బెదిరినా, ఎంత కోపం ఉన్నా మూడవ జార్ అతని నే చట్టం ప్రకారం నిర్బంధించ గలడు ? అతడెవ్వరికీ అపకారం తలపెట్టలేదు, తలపెట్టడు. శాంతి సందేశం ప్రపంచానికిచ్చే ఆ మహాయోగిని నిర్బంధించే టందుకు జార్ సాహసించలేక పోయాడు. ఇంక చేతిలోనున్న పని. వేలకొలదీ జీతాలిచ్చి పోషిస్తున్న గూఢచారుల్ని అతనివెంట బంపడం ఒక్కటే. టాల్‌స్టాయ్ తిన్న తిండిలోని నంజుళ్ళ పేర్లూ, పడుకుందుకు పరచుకున్న ప్రక్కలో ఉపయోగించిన బట్టల సంఖ్యా స్వరూపాల దగ్గర నుంచి ప్రభుత్వపు లెక్కలలోని కెక్కేటట్లు కట్టుదిట్టం చేశాడు. అతని పుస్తకాలను అమ్మిన వాళ్ళ నేదో నెపం పెట్టి నిర్బంధించేవారు. పుస్తకాలున్న వాళ్ళు సందేహదృష్టితో చూడబడేవారు. కాని, జార్, టాల్‌స్టాయ్ వంక వేలెత్తికూడా చూపలేకపోయాడు.

రెండవ జార్‌ను చంపినందువల్ల ఉపయోగం మాట అలా ఉండగా ఎందరో ఉరిశిక్షలకీ, దేశాంతర వాసశిక్షలకీ పాల్పడటం చూడగానే ప్రజల కా హత్యా విధానాలమీద అపనమ్మకం కలిగింది. ఆ హత్యలవలన ధనవంతులూ, దరిద్రులూ కూడా మాడిపోయారు. నిర్బంధ విధానంలోని కష్టసుఖాలు తెలియగానే ప్రజలు టాల్‌స్టాయ్ అహింసా సిద్ధాంతాలలోని సత్యం గ్రహించారు. అతనిని లక్ష్యంగా తీసుకొని ప్రజలు తమ భావి కర్తవ్యం నిర్ధారించుకోడానికి నిశ్చయించారు.

టాల్‌స్టాయ్ తన అసాధరణ జ్ఞానబోధచే రష్యా ప్రజలందరికీ గురువు, ఆదర్శం అయినాడు. అతని అభిప్రాయాల ప్రకారం సేనలలో పనిచేస్తామన్న ప్రమాణాలకి జలాంజలులిచ్చేసి అనేక మంది జమీందార్లు ప్రజాసేవయే తమ జీవిత పరమావధిగా ఏర్పరచుకొన్నారు. వారిని చూచి ప్రజలు కూడా వారి ఛాయలలో సంచరించ సాగారు.

1890 వ సంవత్సరము నాటికి టాల్‌స్టాయ్‌తో సంబంధించినంత వరకు రాజకీయ పరిస్థితులిలా ఉన్నాయి. ఆ పరిస్థితులలో 1891 వ సంవత్సరంలో వర్షాలు కురియక దేశం అంతా క్షామబాధకి గురియై పోయింది. చాలా జిల్లాలలో సంపూర్ణంగా పంటలు పోయినాయి. వేల కొలదీ పశువులు, ప్రజలూ తిండిలేక కుప్పలు కుప్పలుగా కూలిపోయారు. పత్రికలలో ప్రతిరోజూ పుటలకి పుటలు కరువును గూర్చిన వార్తలతోటే నిండిపోయేవి.

ప్రజల దుర్వస్థలు వినీ, చూసీ, అతని హృదయం కదిలిపోయింది. అన్నాతురులైన ప్రజలకి తాను చేయగలిగిన సహాయం శక్తివంచన లేకుండా చేయాలని నిశ్చయించాడు.

ఆ కరువుకి రష్యా దేశం అంతట్లోకీ "రేయజాన్" ప్రాంతం మరీ బీభత్సమై పోయింది. టాల్‌స్టాయ్ వెంటనే తన ఇద్దరు కూతుళ్ళనీ మేనల్లునొకననీ వెంటబెట్టుకొని తన దగ్గరున్న ఏడువందల ఏభై రూపాయలతో "రేయజాన్" కు బయలుదేరాడు.

కరువు వాతబడ్డ ప్రజలకి టాల్‌స్టాయ్ సహాయం చేస్తూన్నట్లు దేశంలో పొక్కగానే ప్రజలలో సంచలనం కలిగింది. అతనికి సహాయంగా నాలుగు మూలల నుంచీ స్వయం సేవకులు వచ్చిపడ్డారు. ధనికులు ధనం పంపించారు. విదేశాల నుంచి సానుభూతి చూపుతూ తంతి వార్తలు వేలకొలదీ వర్షించాయి. రష్యాకి దాపురించిన ఆ ఆపత్తుకి ప్రపంచం అంతా సానుభూతి చూపింది.

టాల్‌స్టాయ్ భార్య దేశ విదేశాలలోని పత్రికలన్నింటిలో కరువు ఉన్న రాష్ట్రాలలోని ప్రజల సహాయం కోసం ధన సహాయంకై విజ్ఞాపనలు ప్రచురించింది. వెంటనే ఇంగ్లాండ్, జర్మనీ, అమెరికా మొదలైన దూరదేశాల నుంచి కూడా ధనం పోగుపడింది. అతడు ఆ పెద్ద పెద్ద మొత్తాలు ఖర్చుపెట్టి కాటక బాధకులోనైన రాష్ట్రాలలో ప్రజల కపారమైన సాయం చేశాడు. అతని కుటుంబంలోని వారందరు కూడా ఏదో విధంగా టాల్‌స్టాయ్‌కి సహాయం చేశారు.

వర్షాలు కురిసినాయి. కరువు తగ్గి దేశం అంతా సుభిక్షం అయింది.

ప్రపంచం అంతా టాల్‌స్టాయ్ చేసిన ప్రజాసేవను ముక్తకంఠంతో అభినందించింది. ఒక్క రష్యాలోనే కాకుండా ప్రపంచం అంతటా అతని పేరు మ్రోగిపోయింది.

కాని అతనికి తాను చేసిన పనిమీద సంతృప్తి కలగలేదు. తనకు వచ్చిన పేరుకు తగినంత పని తాను చేయలేదని ఆతని దృఢనమ్మకం. అదీగాక ప్రజలకి తాను సహాయం చెయ్యడం గాక ఇతరుల నందర్నీ నిర్బంధించి చేయించడం ఏం న్యాయం? మన శారీరక మానసిక శక్తులు వినియోగించి సేవ చేయడం ప్రజాసేవ అనిపించుకుంటుంది. కాని, ప్రపంచధనం మన చేతుల్తో ఖర్చుపెట్టడం, ప్రశంస నొందడం ప్రజాసేవ అనిపించుకోదు. టాల్‌స్టాయి తాను చేసిన యీ తప్పుకి చాలా నొచ్చుకున్నాడు.

"రేయజాన్" నుంచి తిరిగి వచ్చిన తర్వాత టాల్‌స్టాయి The Kingdom of God is within you. ("భగవత్సామ్రాజ్యం నీలోనే వుంది") అనే పుస్తకం వ్రాయడం ఆరంభించి 1893 లో ప్రచురించాడు. "అపకారికి అపకారం చేయాలి అనడం చాలా పొరపాటు. నీ కపకారం చేసినవాడికి కూడా ఉపకారమే చేయి" – అన్న ధర్మసూత్రాన్ని గురించి తన ధార్మిక గ్రంథాలన్నింటిలోనూ వివరంగా వ్రాస్తూనే ఉన్నా, కేవలం దాని నొక్కదానినే విమర్శిస్తూ ఆతడు ఈ పుస్తకం వ్రాసాడు.

ఆ పుస్తకం ప్రకటింపబడగానే రష్యాలోని ధనికలోకం అతనిని అరాజకుడని నిందించసాగారు.

కాని, అతని అభిప్రాయాలు లోకకల్యాణాన్ని వాంఛించేవి. అతని ఉద్దేశ్యాలు, ఆదర్శాలు, ఏ ఒక్క వ్యక్తికీ, జాతికీ, దేశానికీ సంబంధించినవి కావు. ఆతని దృష్టిలో ధనికుడు–దరిద్రుడు అనే భేదం లేదు. “ ఏ మనుష్యునికీ రెండవవాని స్వాతంత్ర్యాన్ని అడ్డు పెట్టడాని కధికారం లేదు. ఒకరి అభిప్రాయాలనూ, ఆశయాలనూ అనుకరించడానికెవ్వరినీ నిర్బంధించకూడదు; బాధించకూడదు. ప్రతీ మనుష్యుడూ తన ఆచరణ చేతనే ఇతరులలో నుండే మానవత్వాన్ని ప్రబోధించి సత్య ప్రియుణ్ణిగా చేయాలి. న్యాయమునందు అభిమానం, ఆసక్తి, గౌరవం కలగచేయాలి. కాని, చాలమంది ఈ నీతులు పుస్తకాలలో ఉండవలసినవే గాని ఆచరింపదగినవి కావని దురభిప్రాయ పడుతున్నారు. చెడుగునూ, దుర్ణయాన్నీ నశింపచేయాలంటే కాఠిన్యం– క్రౌర్యం అవలంబింప వలసినదేనని వాళ్ళ అభిప్రాయం. ఒకవేళ ప్రభుత్వాలు నిర్బంధవిధానం మీదనే నిలువ బడి యుంటూంటే, యుద్ధం, నేరవిచారణ, ప్రత్యేకరక్షణలు మీదనే ఆధారపడి యుంటూంటే, ఇంకా ఈ ధర్మపన్నాలు చదువవలసిన అవసరం ఏమిటి ? క్రౌర్యం, క్రోధం కార్యకారిగావు. కనకనే – అంతకంటే ఉదారాలైన ఆశయాల కొరకు వెదకులాడవలసి వస్తూంది.

మనుష్యులలో సహజంగా ప్రేమ వుంది. న్యాయం సత్యం అంటే అభిమానం వుంది. వాటిని నియమించడానికీ ప్రోత్సహించడానికీ మనుష్యనిర్మితాలైన శాసనాలు అవసరం లేదు. అందుచేత ప్రజల్ని శాసించేటందుకు రాజు, రాజ్యాంగం ఉండనక్కరలేదు. ఉండడాన్ని ఏ మనిషీ సహించకూడదు. ఒకళ్ళవద్ద పన్నులు పేరు చెప్పి నిర్బంధంగా డబ్బు వసూలు చేయవలసిన అవసరం ఏమి ఉంటుంది ? అది వట్టి దురన్యాయం. ఆ అన్యాయానికి సహాయం చేయడం మనం చేస్తూన్న గొప్ప తప్పులలో ఒకటి. ఎవ్వరూ, ఎవ్వరికీ నిర్బంధంగా ధనం ఇచ్చి గాని, బలం చూపి గాని సేవ చేయగూడదు. మనల్ని బాధించే వాళ్ళని కూడా బాధించి ఎదుర్కోవద్దు. శాంతంతో వాడు పెట్టే కష్టాలన్నీ సహించి వాని హృదయాన్ని లొంగదీసుకో. నాడు ప్రపంచం అంతా ఒక్కటే. ఆనాడు పాలించేవాడు – పాలించబడేవాడు, అనే మాట ఉండదు.

ఈ విధంగా విశ్వమానవ సౌభ్రాతృత్వాన్ని బోధిస్తూన్న “భగవత్సామ్రాజ్యం నీలోనే వుంది” అనే గ్రంథం టాల్‌స్టాయిని అరాజకులలో చేర్చింది.

నిజం ! టాల్‌స్టాయి అరాజకుడే ! కాని హత్యలు చేసీ, దోచుకొనీ ప్రజల్ని గగ్గోలు పెట్టే అరాజకుడు మాత్రం కాదు. అతడు సర్వమానవ సౌభ్రాతృత్వాన్ని బోధించే

అరాజకుడు. మనుష్యునికి సర్వోత్తమాలైన నైతిక సామాజిక ధర్మాల్ని బోధించే అరాజకుడు; అతని అరాజకత్వం లోకకళ్యాణాన్ని వాంఛిస్తుంది.

కళలంటే ?

టాల్‌స్టాయ్ అనేక సమయాలలో అనేక విషయాలమీద ఆసక్తి కనపరుస్తూ వచ్చేవాడు. కాని కళల మీద ఎప్పుడూ కూడా అభిమానం చూపుతూనే ఉండేవాడు. అతడు కళ అంటే ఏమిటో నిర్ణయించడానికీ, నిర్వచించడానికీ, మరే ఇతర విషయానికీ వ్యయము చేయనంత కాలం వినియోగించాడు.

తాను 1895 లో ప్రకటించిన (What is art ?) "కళ అంటే ఏమిటి ?" అనే పుస్తకంలోని అభిప్రాయాలు ప్రకటించేటందుకు పదిహేనేళ్ళు పట్టినాయని అతడే వ్రాసినాడు. అహింస, ప్రజాసేవ అనే సిద్ధాంతాలను స్ఖాలిత్యం లేకుండా నిర్వహించిన జీవితమే కళ యొక్క స్వరూప మని అతడు సిద్ధాంతీకరించాడు. కళ అంటే నాటకశాలలో చూసేదీ, గానసభలలో వినేదీ, భవనాలు - సుందర నిర్మాణాలు - ప్రతిబింబాలు - పద్యాలు - నవలలు మొదలైన వాటిలో ప్రత్యక్షమయ్యేది అనే ప్రజాభిప్రాయం పొరబాటు. అది కళలలో ఒకభాగం మాత్రమే ! మానవజీవిత మంతా కళయే. మనుష్యుడేమి, జంతువులేమి తమ అభిప్రాయాల నితరులకి తెలియచేయడానికి ఉపయోగించే ప్రతీ విధానం కళే. తన భావాలను, తన సేవలను ఇతరుల హృదయాలలో ప్రేరేపించి, తనతో సమానమైన భావావేశం కలవాళ్ళనుగా చేయడానికి మనుష్యుడు ఉపయోగించే బాహ్యాభ్యంతరికాభినయమే కళ. అది వచోరూపంలో ఉండవచ్చు; చిత్ర రూపంలో ఉండవచ్చు; సేవారూపంలో ఉండవచ్చు. ఇది యే స్వరూపంలోనున్నా కళయే.

కళ అంటే ఏమిటి ? "పూర్తియైన వెనుక టాల్‌స్టాయ్ 1896 లో "సువార్తల నెట్లు పఠించాలి?" (How to read the Gospels) అనే కరపత్రాన్నొక దానిని ప్రచురించాడు. మతప్రవక్తలు మనుష్యాతీతమైన బుద్ధిప్రతిభలు కలవాళ్ళనే దృఢనమ్మకంతో మతగ్రంథాలు చదువుతే వారి బోధనలలోని నిజానిజాలు గ్రహించలేమని అతని నిశ్చయం. "ప్రవక్తలు కూడా మనుష్యులే. వాళ్ళు బోధించేది కూడా ప్రతీ మనుష్యుని హృదయంలోనూ పుట్టే భావాలే. వారిని వారి అభిప్రాయాలను మనుష్యాతీతా లని నమ్మినట్లయితే పూర్ణత్వం పొందే ప్రయత్నంలో వాళ్ళకి కలిగిన అనుభవాలు తెలుసుకోలేము. వారి జీవితాల వలన, బోధనల వలన ఆవగింజంతయైనా లాభం పొందలేము". అని టాల్‌స్టాయ్ అచంచలమైన భావం.

దీని వెనువెంటనే "జారు చక్రవర్తి పట్టాభిషేకం" (Tsar's cornation) అంటూ వేరొక కరపత్రం ప్రచురించాడు. ఈ రెండూ కూడా దేశంలో మంచి సంచలనం కలిగించినాయి.

వీని తర్వాత రెండేళ్ళకి 1898 లో "మంచీ చెడూ" (Right and Wrong) అని ఇంకో కరపత్రం ప్రచురించాడు. మానసిక యంత్రణని, పరిస్థితులని, ఆవేశాలని తెలియపరచే ఈ పుస్తకం దేశవిదేశాలలో విపరీతమైన ఖ్యాతీ, ప్రచారమూ పొందింది.

ఇన్ని గ్రంథాలింత శ్రద్ధతో వ్రాస్తున్నా, తన జీవితం అంతా మానవజాతి యొక్క కళ్యాణం కొరకై వినియోగిస్తున్నా, టాల్‌స్టాయ్ ఎప్పుడూ తన పనుల విషయంలో సంతృప్తి పొందలేదు. అడుగడుగుకీ అతడు ఇంతకన్నా అధికమైన పని చేయలేకపోయామే అని విచారించేవాడు. అతని పుస్తకాలను గురించి మాట్లాడినా, అతని కార్యప్రణాళికను గురించి మాట్లాడినా ఏ మాత్రం దాపరికం, అభిమానం లేకుండా, వాటిలోని లోటుపాట్లు, పొరపాట్లు స్పష్టంగా విమర్శించుకొనే వాడు. 'కళ అంటే ఏమిటి ?' అనే పుస్తకంలో తెలియపరచిన అభిప్రాయాలు స్పష్టం కావడానికి పదిహేనేళ్ళు పట్టినాయని చెప్పుతూ, ప్రజాస్వామ్యానికి ఉపయోగించని విషయం కొరకు అంత కాలం వ్యర్థంగా పాడుచేసినందుకు అతడు చాలా విచారించాడు.

'కళ అంటే ఏమిటి ?' వ్రాస్తుండగా అతని స్నేహితుడు "కోనీ", ఒకని జీవితంలో సంభవించిన ఒక ఘటనను టాల్‌స్టాయ్ చెవిన వేశాడు. అతడు ఆ కథ విని దాని నొక నవల రూపంలో తెస్తే చాలా బాగుంటుందని ఆలోచించి ఆ కథ వ్రాసుకొన్నాడు. ఇతర గ్రంథములకన్నా నవలలు ప్రజలని చులాగ్గా ఆకర్షిస్తాయని ఆతడెరుగును. కాని నాటికి కళమీది అభిమానం నవలారచన నాపుచేసింది. అప్పటికింకా "కళ అంటే ఏమిటి ?" పూర్తి కాలేదు. 'క్రీస్తు బోధనలు' అసంపూర్ణంగానే ఉండిపోయింది. వర్తమాన విద్యావిధానాన్ని విమర్శిస్తూ ఆచరణీయమైన విద్యాప్రణాళికను గూర్చి చాలా కాలం నుంచి వ్రాయాలనుకుంటున్నాడు. కాని అదీ సాగడం లేదు. జీవనం,మరణం, ప్రపంచం, ప్రజలు, మంచితనం, అదృష్టం, భగవంతుడు, ప్రజల విశ్వాసాలు, ఆచారాలు, మొదలైన వాటిని గురించి ఏమాత్రం చదువుకొన్నవాడికైనా అర్థమగు రీతిని ఏదైనా తాత్త్వికగ్రంథం వ్రాయాలని కోరిక ఎప్పటినుంచో ఉంది. ఈ మాదిరి అభిప్రాయాలే ఆ నవల వ్రాయబడుతూన్న రోజులలో ఎప్పటికప్పుడు అడ్డుతగులుతూండేవి. కొంత వ్రాయడం మూలబడెయ్యడం; మళ్ళీ తీయడం-మళ్ళీ మానడం; ఈ విధంగా రెండు మూడేళ్ళ కా కథని (Resurrection) 'పునరుజ్జీవనం' అనే పేరుతో పూర్తిచేశాడు. చిత్తు కాపీ

పూర్తయేటప్పటికి టాల్‌స్టాయి ప్రాణం విసిగింది. ఇంక దానికోసం ఒక్క క్షణమైనా వ్యర్థం చేయకూడదని నిశ్చయించి దాని నొకమూల పారేశాడు. కాని ఏదో అదృష్టంవల్ల అది ప్రజల కంట బడడానికవకాశం కలిగింది.

1895 లో కాకేషియా లోని డాకోబర్లు, టాల్‌స్టాయి సిద్ధాంతాల ప్రకారం ప్రభుత్వంతో శాంతియుద్ధం ఆరంభించారు. మొదట వారు సైన్యాలలో చేరడానికి నిరాకరించారు. ప్రభుత్వం తప్పదంది. దానితో వైరుధ్యాలు పెరిగినాయి. నేలకొలది జైళ్ళలో త్రోసివేయబడ్డారు. ఒక్క జిల్లాలో నున్న నాలుగు వేలమంది డాకోబర్లని ఇండ్లనుంచి తరిమి, అనారోగ్యకరాలయిన ప్రదేశాలలో నిర్బంధించడం వలన రోగాలకి, ఆకలికి, బాధలకి మూడేళ్ళలో ఇంచుమించు వేయిమంది చచ్చిపోయారు. దేశం అంతా పెద్ద గందరగోళం అయిన మీదట చిట్టచివరకి ప్రభుత్వం వాళ్ళకిష్టం వచ్చిన చోటుకి వలసపోవడానికి అధికారం ఇచ్చింది. కాని సైన్యాలలో పని చేయడానికొప్పుకున్న వాళ్ళు దేశం విడవ నక్కరలేదు. విప్లవోద్యమానికి నాయకులయిన 130 మంది దేశం విడవడానికి వీలులేదు. మిగిలిన వాళ్ళు స్వంత ఖర్చులమీద తోచిన చోటికి పోవచ్చును. గాని మళ్ళీ దేశంలో అడుగు పెడితే నిర్బంధించబడతారు.

నిబంధనలు కఠినంగానే ఉన్నాయి. కాని తమ కిష్టంలేని పని చేయడం, లేక ఖైదులో ఉండడం కన్న దూరదేశాలు పోవడమే మంచిదని నిశ్శయించారు. కాని డబ్బేది?.

టాల్‌స్టాయికి వాళ్ళ అవస్థలు చూచేటప్పటికి చాలా జాలి వేసింది. తనతో సమానమైన అభిప్రాయం కలవాళ్ళు తిండిలేక మాడుతూంటే తాను ముప్పొద్దులా మెక్కడం చాలా అన్యాయం అని తలచాడు. వాళ్ళ కిప్పుడు డబ్బుకావాలి. సహాయం చేసేవాడెవ్వడూ లేడు. కాని తాను కోరితే చాలా మంది ధనసహాయం చేయవచ్చును. కాని అతనికి చందాలు పోగుచేసి ధర్మకార్యాలు నిర్వహించడం అన్యాయం అని నమ్మకం. అనేక మంది తమకు ధనం ఆవశ్యకమైనా, మోమోటంచేత ధనం పంపవచ్చు. ఆ ధనం తనపేరుతో ఖర్చుపెట్టబడుతుంది. దానిని ప్రోగుచేయడంలోను ఖర్చుపెట్టడంలోను అమూల్యమైన కాలం వ్యర్థం అవడమే కాకుండా దుర్వినియోగం కూడా చేయబడవచ్చును. పరిస్థితులు తారుమారు కావచ్చు; కనుక బుద్ధుడు, క్రీస్తు, సోక్రటీసు మొదలైన ప్రవక్తలు చెప్పినట్లు ధనంతో సంబంధం తగ్గించు కొనడమే శ్రేష్ఠమని టాల్‌స్టాయి నమ్మాడు. ఆ నమ్మకం మారదు. తన శక్తీ, తన ధనం వినియోగించి చేసిందే సేవ అని నిశ్చయించి, తన స్వశక్తి వలననే ధనం ఆర్జించి డాకోబర్లకి సాయం చేయడానికి నిర్ధారించాడు.

వెంటనే 'పునరుజ్జీవనం' వ్రాతప్రతి పైకి తీసాడు. కాని స్వత్వం అమ్మడానికి కత దంగీకరించలేదు. టాల్‌స్టాయి అందుచేత మొదటిమాటు ముద్రించే అధికారం మాత్రం

అమ్మి ఆ ధనం డాకొబర్ల కిద్దామనుకున్నాడు. అతడా అభిప్రాయం తెలియపరచగానే పెట్రోగ్రాడ్‌లోని యొక వారపత్రికా సంపాదకుడు మార్క్స్ అను నాతడు ప్రథమంలో ముద్రించేటందుకు అవకాశం ఇస్తే 12000 రూపాయలిస్తానన్నాడు. స్వత్వం ఇచ్చేస్తే 30000 రూపాయలిస్తానన్నాడు. టాల్‌స్టాయి ఎంత డబ్బిచ్చినా స్వత్వం అమ్మనన్నాడు. పన్నెండు వేలకే ఒప్పుకొని ప్రతీవారం కొంతకొంతభాగం ఇవ్వడానికొప్పుకొన్నాడు.

కాని, పుస్తక ప్రచురణ ఆరంభమైనంతనే ఎదురుచూడని బాధలు కొన్ని తటస్థమైనాయి. మార్క్స్ పత్రిక ప్రచురణమైనంతనే ఇతర పత్రికలవాళ్ళు ఆ భాగాలు తమ పత్రికల్లో కూడా ప్రచురించడం ఆరంభించారు. దానితో మార్క్స్ తన ప్రచురణ పూర్తియైనవరకైనా ఇతరులని ప్రచురించ నీయవలదని పేచీ తెచ్చాడు. వెంటనే టాల్‌స్టాయి పత్రికలలో నొక ప్రకటన చేశాడు. మార్క్సనకు తానిచ్చిన అధికారం రక్షించమని పత్రికా సంపాదకులకు బహిరంగలేఖ ప్రచురించాడు. దానితో ఆ గోల అణిగింది. మార్క్స్ సంతోషపూర్వకంగా అనుకున్న దానికి పదివేలు చేర్చి అతని చేతిలో పోశాడు.

టాల్‌స్టాయి తన రచన కెప్పుడూ తృప్తి పొందేవాడు కాదు. ప్రూఫులు వచ్చేక కూడా భాగాలకి భాగాలు మారి పోయేవి. ముద్రణాధికారం ఇచ్చేకకూడా మార్పులు పంపేవాడు. మరల కంపోజిటర్లు, అనువాదకులు, చేసినది పని మూలకి త్రోసి మళ్ళీ ఆరంభిస్తూండేవారు. అందుచేత పెట్రోగ్రాడ్‌లో ప్రచురణ మయేదాకా ఇతర పత్రికలకి- ఇతర దేశీయులైన అనువాదకులకీ శుద్ధప్రతి దొరికేది కాదు. ఇది కూడా ఇతర పత్రికలవాళ్ళకి గొప్ప అడ్డంకి తెచ్చి పెట్టింది.

'పునరుజ్జీవనం' ప్రచురణం ఆరంభమైనంతనే ప్రభుత్వం ముద్రణాశాసనం ప్రయోగించింది. చర్చికీ, మతంకీ విరుద్ధములైన భాగాలు, ప్రభుత్వ రహస్యాలు తెలియపరచే ఘట్టాలు ఎప్పటికప్పుడు నిషేధించబడేవి. సైబీరియాకు పంపబడే ఖైదీల దురవస్థలు, సైనికుల దురవస్థలు, పెట్రోగ్రాడ్ జైలు దురంతాలు వర్ణించబడిన భాగాలు నిషేధంలోకి వచ్చేయి. మొత్తం మీద ప్రభుత్వం నిషిద్ధభాగాల పేరు చెప్పి పుస్తకం అంతా అదృశ్యం జేసింది.

'పునరుజ్జీవనం' కి ప్రపంచసాహిత్యం గొప్ప స్వాగతం ఇచ్చింది. జర్మనీ భాషలో కొద్దినెలల లోపుగానే పన్నెండు ముద్రణలు ప్రకటించబడినాయి. స్వీడిష్, స్లావాక్, ఇంగ్లీషు, ఫ్రెంచి భాషలలో ఎన్నో అనువాదాలు బయలు దేరినాయి. ఒక రష్యాలో మినహా మిగతా యూరోపంతటా పుస్తకంయొక్క నిజరూపం వ్యాపించింది.

కాని టాల్‌స్టాయి మనస్సుకు తాను చేసిన పని సంతుష్టికరం కాలేదు. ధర్మకార్యం కొరకైనా ధనం సంపాదించడం మంచిదా ? అనే విమర్శలో పడిపోయేడు. అతని

అంతరాత్మ తప్పని చెప్పింది. మనస్సు వికలత్వం చెందిం దీ యూహతో కాని వ్రాయక తప్పదు. ప్రూఫులు దగ్గిర కూర్చున్నప్పుడు, వ్రాయడానికి మొదలు పెట్టినప్పుడు ఆతని మనస్సెంతో బాధ పడేది. చివరికి గ్రంథం పూర్తయింది. టాల్‌స్టాయి పునర్జన్మ పొందినట్లు తలచుకొని ఒక్క నిట్టూర్పు విడిచేడు.

'పునరుజ్జీవనం' ప్రచురింప బడినంతనే ఫాదిరీలు టాల్‌స్టాయి మిథ్యాసిద్ధాంతాలు ప్రచారం చేస్తూన్నాడనే కారణం చెప్పి క్రైస్తవసంఘం నుంచి ధర్మచ్యుతుణ్ణి (వెలి) చేశారు. ఆ ప్రకటన వెలువడిన రోజున మాస్కో ప్రజలు ఆశ్చర్యపడి పోయేరు. విద్యార్థులు మతబోధకులతో దొమ్మీకి దిగేరు. వ్యావసాయకు లంతా విద్యార్థుల పక్షం పూటుచేశారు. ఆ రోజున సాయంకాలపు షికారుకు బయలుదేరిన టాల్‌స్టాయిని ప్రజలంతా చుట్టుకొని ఆతనికి అభివందనాలు తెలిపారు. ఆ ప్రజలను తప్పించుకొని ఇంటికి వచ్చునప్పటికి అనేక మంది స్నేహితులు అనేక సంఘముల వ్యక్తుల ప్రతినిధులు ఆతనికి సానుభూతి చూపుటకు చుట్టువారుకొన్నారు.

టాల్‌స్టాయి వెంటనే ఫాదిరీల ఈ ప్రకటనకు సమాధానంగా ఇంకొక ప్రకటన చేశాడు. దానిలో క్రైస్తవ మత ధర్మం విషయంలో తన అభిప్రాయాలు సవిమర్శంగా వివరిస్తూ చిట్టచివర–

"నేనొక్క గ్రీకుచర్చికేగాక, క్రైస్తవ మతానికి కూడా అనుచరుడ నని చెప్పజాలను. ఏమంటే, క్రైస్తవమతస్థుడ నని చెప్పినట్లయితే, మతం విషయంలో నాకున్న స్వతంత్రాభిప్రాయాలు ప్రకటం గావు. సత్యం నా కధిక ప్రియం, అదే నా మతం. సత్యం నుంచి నన్నెవ్వరూ పతితుని జేయలేరు"

అని తన అభిప్రాయాలు స్పష్టం చేశాడు. 1900 లో అహింసాయోగాన్ని, ఆర్థిక రాజకీయముల కనుసంధింప జేస్తూ టాల్‌స్టాయి స్వచ్ఛమైన భాషలో (The Slavery of our Times) 'మన కాలంలోని బానిసత్వం' అనే పుస్తకం ప్రచురించాడు.

1902 లో (What is Religion and what is its Essence) 'మతం అంటే ఏమిటి? దాని సారాంశ మేమిటి? – అంటూ ఇంకొక పుస్తకం ప్రచురించాడు.

అతడు వ్రాసిన పుస్తకాలలో ఇవే ఆఖరువి అని చెప్పవచ్చు. తరువాత అతడు వ్రాయకపోలేదు గాని అవి యన్నీ చిన్న చిన్న వ్యాసాలే.

1905 లో రష్యా దేశంలో విప్లవం జరిగింది. అప్పుడు జరిగిన రక్తపాతం అతని హృదయాన్ని కదల్చివేసింది. మనుష్యునిలోని రక్తపిపాస అతనికి ఆశ్చర్యం కలిగించింది. గొప్ప హృదయవేదనతో నాతడు విశ్వమానవ సౌభ్రాతృత్వం–ప్రేమ–అహింసా సిద్ధాంతాలని గురించి విశేషమైన ప్రచారం చేశాడు.

చరమదశ

1908 లో రష్యన్ ప్రజలు టాల్‌స్టాయికి ఎనుబదవ జన్మదినోత్సవం గొప్ప సమారోహంతో చేయాలని నిశ్చయించేరు. ఆ విషయాన్ని గురించి పత్రికలలో వాదోపవాదాలు బయలుదేరినాయి. ఫాదిరీల పక్షంవారు టాల్‌స్టాయి నాస్తికుడనీ, ఆతనిని గౌరవిస్తే పాతకం చుట్టుకుంటుందనీ ప్రచారం ప్రారంభించారు. ప్రజలంతా టాల్‌స్టాయి ఆధ్యాత్మికతత్త్వవేత్త అనీ, మహాకవి అనీ, ఆతనిని గౌరవించడం రష్యాని గౌరవించడం అనీ వాదించేరు. చివరకు ఆ విషయంలో ప్రభుత్వం కూడా కలుగ చేసుకొని ఆతన్ని ఆధ్యాత్మిక తత్త్వవేత్తనుగా కాకుండా కవిగా పూజిస్తే తమ కభ్యంతరం లేదన్నారు. అందుచేత నాటి సభలలో ఆతని సిద్ధాంతాలను గురించి బహిరంగంగా చెప్పడానికి వీలు లేకపోయింది. కాని ప్రజలు ఆతనిని గౌరవించడంలో లోపం మాత్రం చేయలేదు. రష్యా ఏమిటి, యూరపంతా ఆ మహాత్ముని జన్మదినోత్సవం జరిపి ఆతని యెడ తనకు గల భక్తిశ్రద్ధలు కనబరచింది.

ఆతడు పెద్దవాడైనకొలదీ ఆధ్యాత్మికవిచారణ ఆరంభించిన నాటినుండి ఎవ్వరూ పెద్ద ఆస్తి కలిగి ఉండకూడదనే అభిప్రాయం కలిగియే యున్నాడు. ఆతడు తనకున్న ఆస్తినంతా పంచిపెట్టి వేయాలనే ఉదారాభిప్రాయం కలిగియే ఉన్నాడు. కాని ఆతని కోరిక సాగలేదు. అతని భార్య సోఫియా ఆస్తిలో సర్వసమానత్వం అనే సూత్రానికి కేవలం వ్యతిరేకాభిప్రాయాలు గలది. ఇతర విషయాలలో ఆమె ఆతనికెంత యనువర్తనురాలైనప్పటికి భర్తయొక్క ఈ మాట కామె పూర్ణంగా వ్యతిరేకం. ఒకమాటామె టాల్‌స్టాయి పిచ్చివాడనీ, ఆస్తి దుర్వ్యయం చేస్తూన్నాడనీ, ప్రభుత్వానికి అర్జీ పంపడానికి కూడా సిద్ధమైనది. ఆమె, సంతానము, విలువైన బట్టలుకట్టి, ఖరీదైన భోజనం చేస్తూండేవారు. వాళ్ళమధ్య టాల్‌స్టాయి శాకాహారియై సామాన్యవస్త్రధారియై మహాయోగివలె కాలక్షేపం చేసేవాడు.

కాని ఆ ఉనికి ఆతనికే దుర్భరం అనిపించేది. వాళ్ళ మూలంగా తాను కూడా మారి పోతానేమోననే భయంతో ఎక్కడికైనా చెప్పకుండా పారిపోవాలని చాలా మాట్లు అనుకున్నాడు. కాని పస్తాయించి ఊరుకుంటూ వచ్చేడు.

చిట్టచివర కాతని ప్రాణం విసిగింది. ఈ భార్య, పిల్లలు వగైరాలకి దూరంగా, తెలియబడని ప్రదేశంలో జీవితాంతం దాకా కాలక్షేపం చేయాలని నిశ్చయించుకొని, 1910 నవంబరు 10వ తేదీ ప్రొద్దుటే లేచి సామాను సర్దుకొని రైలు స్టేషనుకు పోయాడు. ఆతనితో డాక్టరు మేకోవిట్సీ కూడా యున్నాడు.

టాల్‌స్టాయి డాన్ నదీతీరాన ఉన్న "రాస్టోవ్" కు టికట్టు తీసుకొని బండి యెక్కేడు. ఆతని యభిప్రాయం తన్నెవ్వరూ గుర్తించలేదనే. పోలీసు గూఢచారు లాతని వెన్నంటియే యున్నారని ఆతడెరుగడు.

టాల్‌స్టాయి శరీర మతి దుర్బలం, ఆతని భార్య సోఫియా పరిచర్యల వలన ఆతడింతకాలం మనగలిగేడు కాని లేకపోతే టాల్‌స్టాయి ఎన్నడో ఈ లోకం వీడియుండవలసిన వాడే. ఆతని దౌర్బల్యానికి వార్ధకం తోడుపడింది.

మంచి శీతకాలం, రైలుబండి "ఆష్టపోవో" స్టేషనులో ఉండగా టాల్‌స్టాయికి జలుబు చేసింది. అతని కూడానున్న డాక్టరు ఆతనిని వెంటనే దింపివేసాడు. టాల్‌స్టాయివంటి మహాత్ముడు తన కతిథి యైనందుల కానందించి ఆ స్టేషను మాష్టరు ఆతని కాశ్రయం ఇచ్చేడు. ఆతడు జబ్బు పడగానే పత్రికలన్నింటిలోనూ అ విషయం ప్రచురింపబడింది. వేలకొలదీ ప్రజలు ఆ మహాత్ముని దర్శనానికి "ఆస్టపోవో" చేరుకొన్నారు. ఏ విధమైన అల్లర్లు జరుగకుండా సాయుధ సైన్యాలు కాపలా కాస్తూన్నాయి.

టాల్‌స్టాయి జబ్బుపడిన వార్త అతని కుటుంబానికి తెలియపరచ బడింది. సోఫియా మోటరులో వెంటనే "అస్టపోవో" చేరింది. కాని టాల్‌స్టాయి కంటపడలేదు. ఆమె యెదుట బడితే ఉద్రేకంచేత ఆతని గుండె ఆగి పోవచ్చునని, తెలివి యున్నంత వరకు సోఫియా నాగదిలో డాక్టర్లు కాలు పెట్టనీయలేదు.

టాల్‌స్టాయి జబ్బుపడిన వార్త తెలియగానే రష్యా అంతా చకితమైపోయింది. ఆ మహాత్ముని శరీరస్థితి నిముష నిముషం తెలుసుకోడానికి ప్రజలాతురులైపోయారు. ఆనాటి ప్రజలకి ఆతని మీద ఎంత ప్రేమ యున్నదో తెలుసు కోవాలంటే నాటి తంతి వార్తలు కొన్ని చదివితే చాలు. ఒక తంతి వార్త యిట్లుంది.

"గ్రంథకర్తయైన కౌంట్ టాల్‌స్టాయి రైలులో 12 గంటలకి జబ్బుపడ్డాడు. అజోలిన్ స్టేషను మాష్టరు ఆయనకాశ్రయ మిచ్చాడు."

మరొక పత్రికా విలేఖరి యీ క్రింది వార్త పంపాడు.

"గాఢాంధకారబంధురమై, వర్షముచే నావరింపబడిన యీ శరత్కాలపు నిశీధము ఇక్కడనున్న వారందరికి హృదయ వేదన కలిగిస్తూంది. రష్యా దేశపు భానుడు అస్తమించునాయేమి?"

టాల్‌స్టాయి అంతిమకాలం దగ్గరపడిన కొలది ప్రజల ఆతురత అధికమైంది. ఒక తంతివార్త ఇట్లుంది.

"అపాయకరమైన హృద్రోగం."

ఇంకోటి "సంసిద్ధులుగండి." అని ప్రజలకు హెచ్చరిక నిస్తూంది.

ఇంకొకటి 20 నవంబరు 1910వ తేదీ గలది,-

"3 గంటలు. ఉపద్రకరమగుస్థితి".

వేరొకటి.

"కాళ్ళు వెచ్చగానే ఉన్నాయి."

మరొకటి.

"5 గంటలు. హృదయం అకస్మాత్తుగా బలహీనమైపోయింది. స్థితి విషమించింది. మంచు, గాలి, పోలీసు కాపలాలు."

5 నిమిషాలైన తర్వాతి వార్త.

"టాల్‌స్టాయి మరణించాడు."

టాల్‌స్టాయికి దేవాలయాలలో అంతిమక్రియలు జరిపించడానికి ఫాదిరీలు అంగీకరించలేదు. కారణం ? – ఆ దివ్యాదర్శాలని క్రైస్తవమతం తనలో ఇముడ్చుకోలేదు. ఆ మహాశక్తిని ఆ బూటకపు మతనిబంధనలు భరించలేవు ! కనుక ఫాదిరీలు తమ శక్తికి మించిన దానిని తమ కయిష్టంగా ప్రకటించి తమ యసమర్థతని కప్పిపుచ్చేరు.

కాని--- ప్రజలు పెద్ద సమారోహంతో అతని కంత్యక్రియలు జరిపి స్వగ్రామంలోనే సమాధి చేశారు.

టాల్‌స్టాయి మరణంతో ప్రపంచం ఒక మహాత్ముని మహాకవిని కోల్పోయింది.

అతని అభిప్రాయాలు ఆదర్శపాత్రములు, నిష్కలుషాలు, పరిపూర్ణత్వానికి మార్గదర్శకములు.

అతని కవిత్వం ధారాళమై, స్పష్టంగా ఉంటుంది. ఏ విషయమునైనా ప్రజాకర్షకంగా వ్రాయగలిగి యుండడం ఆతనిలోనున్న గొప్పదనం.

పై ప్రకరణాలలో చెప్పిన నవలలు, ఆధ్యాత్మిక గ్రంథాలే కాక అప్పుడప్పుడు అతడెన్నో కథలు, నాటకాలూ కూడా వ్రాసాడు.

ఆధ్యాత్మిక ప్రపంచంలో అంతటి పూర్ణత్వం పొందిన వారు, సాహిత్యప్రపంచంలో అంత విశాలఖ్యాతి పొందినవారు. ఏ దేశంలోను, ఏ కాలంలోను తక్కువే. తన కాలంలో ఆ రెండు రంగములలోను ఒకేమారు అంత తురీయావస్థకిపోయిన వాడొక్క టాల్‌స్టాయియే!